ആൽബനി ഡെയ്സ്

Nadakkavu, Kozhikode, Kerala
Tel:0495–4020666
www. insightpublica. com
e-mail: insightpublica@gmail. com
Title: Albany Days
Author: AV Santhosh Kumar
(Malayalam)
First Edition: March 2025

ISBN - 978-93-5517-779-7
Printed and Published by
Insightinpublica Printers & Publishers Ltd.

₹140/-

All Rights reserved. No Part of this Publication may be reproduced, stored in a retrieval system, or transmitted, in any form, or by any means, electronic, mechanical, photocopying, recording or otherwise, without the prior permission of the publisher

ആൽബനി ഡെയ്സ്

എ വി സന്തോഷ് കുമാർ

INSIGHT PUBLICA

കാസർഗോഡ് ജില്ലയിലെ ഉദിനൂർ സ്വദേശി. പതിനാറാം വയസിൽ ആദ്യ കഥ പ്രസിദ്ധീകരിച്ചു.

ഒൻപത് കൃതികൾ പ്രസിദ്ധീകൃതമായി.

1. ബേക്കൽ

2. ജീവിതത്തിന്റെ ആൽകെമി

(കഥാസമാഹാരങ്ങൾ)

3. ന്യായത്തി

4. കാമമില്ലാക്കുന്നിലമ്മ

5. പെൺഡ്രൈവ്

6. കരയിലിരുന്ന് പുഴയിൽ കുളിക്കുമ്പോൾ

(കവിതാസമാഹാരങ്ങൾ)

7. കടലിനപ്പുറത്തെ ക്ലാസ് മുറികൾ (അമേരിക്കൻ യാത്രാവിവരണം)

8. ആൽബനി ഡെയ്സ് (അമേരിക്കൻ കൗതുകങ്ങൾ)

9. ഇലക്കുപ്പായക്കാരി (ബാലസാഹിത്യം)

1987 മുതൽ ഉദിനൂർ സെൻട്രൽ എ യു പി സ്കൂൾ അധ്യാപകനായും 2024 ജൂൺ മുതൽ പ്രധാനാധ്യാപകനായും സേവനമനുഷ്ഠിക്കുന്നു. അമേരിക്കൻ ഗവൺമെന്റിന്റെ ഫുൾബ്രൈറ്റ് ഫെലോഷിപ്പ് നേടി അഞ്ച് മാസം അമേരിക്കയിൽ വിദ്യാഭ്യാസ ഗവേഷണ പ്രവർത്തനങ്ങൾ നടത്തി. സംസ്ഥാന പാഠപുസ്തക സമിതി അംഗം, SSK, സംസ്ഥാന സാക്ഷരതാ മിഷൻ, SCERT ഇവയിൽ core SRG അംഗമായി പ്രവർത്തിച്ചു. ഇംഗ്ലീഷ്, സോഷ്യോളജി ഇവയിൽ ബിരുദാനന്തര ബിരുദം. 2022ലെ കേരള സംസ്ഥാന അധ്യാപക അവാർഡ്, അവനീന്ദ്രനാഥ് സ്മാരക അധ്യാപക അവാർഡ്, അക്ഷരക്കാഴ്ച അവാർഡ്, കുട്ടെഴുത്ത് അവാർഡ്, തുളുനാട് അവാർഡ് , കൊട്ടുങ്ങല്ലൂർ കവിമണ്ഡലം പുരസ്കാരം എന്നിവ നേടിയിട്ടുണ്ട്.

ഭാര്യ:- സുജാത സി കെ (അധ്യാപിക, PES വിദ്യാലയ പയ്യന്നൂർ)

മക്കൾ:- ജയകൃഷ്ണ, മാളവിക

ഏ വി സന്തോഷ് കുമാർ

ഉള്ളടക്കം

1. വാഷിങ്ങ്ടണിലേക്ക് 9

2. സാമൂഹ്യജീവിതം പഠിക്കാം 11

3. സർഗ്ഗവാസന 13

4. മാർഗരീറ്റ 17

5. വേഷത്തിന്റെ വിവക്ഷകൾ 19

6. ബോസ്റ്റൺ ടീ പാർട്ടി 22

7. ബ്രൌൺബസ് 24

8. ബനാന റിപ്പബ്ലിക്ക് 26

9. പരിസ്ഥിതി പോലീസ് 28

10. ഋതുക്കൾ മാറുമ്പോൾ 31

11. ടെസ്സിന്റെ പച്ചമുടി 33

12. പ്രൊഫെസർ ഡ്രൈവർ 36

13. അമേരിക്കൻ ശൈത്യം 38

14. മലിമ ചുസുമോ 41

15. അന്തർദേശീയ സെമിനാർ 43

16. ബിയർ മഹാത്മ്യം 45

17. ഹിപ്പ്ഹോപ് സംഗീതം 48

18. അമേരിക്കയിലെ ആകാശമുട്ടായി 50

19. അമേരിക്കയിലെ പട്ടികൾ 52

20. കുഞ്ഞേയുറങ്ങുറങ്ങ്....................54

21. കെനിയക്കാരൻ പോൾ....................56

22. ധനരാജ് കീഴറ....................58

23. യാദൃച്ഛിക കോടീശ്വരൻ....................60

24. ഗോപ്രോ 62

25. നയാഗിരാ 66

26. ആരാണ് ദരിദ്രൻ?....................69

27.അട്ടപ്പല്ല നെരിപ്പോട്....................71

28. കോണിങ്ങ് ടവർ 73

29. അട്ടക്കളഭരണം 76

30. സർവ്വരാജ്യ വിദ്യാർത്ഥികളേ 78

32. നടാഷയുടെ കാര്യം 83

33. ഭാഷണ വിശേഷങ്ങൾ....................86

35. മരിക്കാത്ത ഒരുപിടി ഓർമ്മകൾ 88

36.സയനോരാ പറയുമ്പോൾ 90

അനുഭവങ്ങളുടെ ഐസ് ക്യൂബുകൾ 92

1. വാഷിങ്ങ്ടണിലേക്ക്

2014 ജനുവരി 12 നാണ് ഞങ്ങൾ കൊച്ചി അന്താരാഷ്ട്ര വിമാന ത്താവളത്തിൽ നിന്ന് അമേരിക്കയിലേക്ക് യാത്ര പുറപ്പെടുന്നത്. പ്രതീക്ഷിച്ചതുപോലെ അത്ര എളുപ്പമുള്ളതായിരുന്നില്ല ആ യാത്ര. പുറപ്പെടുന്നതിന് മുൻപ് തന്നെ ചെന്നൈയിൽ USIEF (United India Education Foundation) ഒരുക്കിയ യാത്രാ മുന്നൊരുക്ക പരിപാടി യിൽ (predeparture programme) ദീർഘയാത്രയുടെ കാഠിന്യവും പ്രയാസങ്ങളും ഞങ്ങളെ ബോധ്യപ്പെടുത്തിയിരുന്നു. അത്യാവശ്യം മുന്നറിയിപ്പുകളും ഉണ്ടായിരുന്നു. എന്നിട്ടും അമേരിക്കയിൽ വിമാനമിറ ങ്ങുമ്പോൾ അപരിചിതവും അജ്ഞാതവുമായ ഏതോ ഭൂവിഭാഗത്തിൽ എത്തപ്പെട്ടതുപോലെ തോന്നി.

അപരിചിതമായ കാലാവസ്ഥ

അപരിചിതരായ ആളുകൾ

ചുറ്റുപാടുകൾ

യഥാർത്ഥത്തിൽ കാലാവസ്ഥയുടെയോ ആളുകളുടെയോ ഭൂവിഭാഗ ത്തിന്റെയോ അപരിചിതത്വം മാത്രമല്ല ഇതിന് കാരണം. ഇരുപത്തിര ണ്ടു മണിക്കൂർ നീണ്ടുനിന്ന യാത്ര, വിമാനത്താവളങ്ങളിലെ കർശനമായ നടപടി ക്രമങ്ങൾ ഇവയും കാരണമാവാം.

ഏകദേശം എണ്ണായിരത്തി അഞ്ഞൂറ് മൈൽ (പതിനാലായിര ത്തോളം കിലോമീറ്ററുകൾ) താണ്ടി ഏഴാം കടലിനക്കരെയുള്ള രാജ്യ ത്തേക്ക് പകലോ രാത്രിയോ എന്നു തിരിച്ചറിയാൻ പറ്റാത്ത ഇരുണ്ട യാമങ്ങളിലൂടെയുള്ള കഠിനയാത്ര. (കുവൈറ്റ് സിറ്റി എയർപോർട്ടിൽ ചിലവഴിച്ച മൂന്നുമണിക്കൂർ നേരത്തെ ഇടവേളയിൽ മാത്രമായിരുന്നു

കൈകാൽ നിവർത്താനും അല്പം നീണ്ടുനിവർന്നു കിടക്കാനുമുള്ള അവസരം ലഭിച്ചത്). ഇൻഡ്യയിൽ നിന്ന് അമേരിക്കയിലേക്ക് തിരിച്ചും, സ്ഥിരമായി യാത്ര ചെയ്യുന്നവരെ കുറിച്ച് ഞാൻ അമ്പരപ്പോടെ ആലോചിച്ചു.

മറ്റൊരു ഭൂവിഭാഗത്തിൽ നിന്ന് ആദ്യമായി അമേരിക്കയിൽ എത്തുന്ന ഏതൊരാൾക്കും ഉണ്ടാകുന്ന മാനസികവും ശാരീരികവുമായ പ്രയാസങ്ങൾ മാറിക്കിട്ടുന്നതിന് ഒരൽപ്പം സമയമെടുക്കും. ഇത് മുന്നിൽ കണ്ടുകൊണ്ടാണ് ഞങ്ങളുടെ ആതിഥേയരായ ഐറെക്സ് (IREX International Research and Exchanges) ഞങ്ങൾക്ക് വേണ്ടി ഒരു സ്വാഗത പരിപാടി (Welcome Programme) ഒരുക്കിയത്. എന്നാൽ അതിനേക്കാൾ ഗുണകരമായി ഞങ്ങൾക്ക് അനുഭവപ്പെട്ടത് അമേരിക്കൻ മലയാളികളുടെ സ്നേഹവും സഹകരണവുമാണ്.

അമേരിക്കൻ ജീവിതത്തിലേക്കും ഒപ്പം എന്റെ കൂടെ ഐ എൽ ഇ പ്രോഗ്രാമിൽ (ILEP - International Leaders of Education Programme) പങ്കെടുത്ത ഇതര രാജ്യങ്ങളിലെ ജനങ്ങളുടെ ജീവിതത്തിലേക്കുമുള്ള ഒരു എത്തിനോട്ടമാണ് ഈ കുറിപ്പുകൾ.

2. സാമൂഹ്യജീവിതം പഠിക്കാം

Good Morning
Good Noon
Good Day
Stay warm
Take Care
Good to See you now
Good for you

നല്ല സാമൂഹ്യ ജീവിയാകാനുള്ള ചില സൂത്രവാക്യങ്ങളാണ് എന്ന് കരുതുന്നുണ്ടോ? നെറ്റി ചുളിക്കണ്ട. ഉണ്ട് എന്ന ഉറച്ച ഉത്തരമാണ് അമേരിക്കയിൽ നിന്ന് നിങ്ങൾക്ക് കിട്ടുക. ഇവയൊക്കെ നിത്യജീവിതത്തിൽ ധാരാളമായി ഉപയോഗിക്കുന്നവർ തന്നെയാണ് മിക്ക അമേരിക്കക്കാരും. ഉപചാരവാക്കുകൾക്ക് യാതൊരു കുറവുമില്ല. ഔപചാരികത തുളുമ്പുന്ന ചടങ്ങുകളിൽ മാത്രമല്ല ഉപചാര വാക്കുകൾ ഇവിടെ ധാരാളമായി ഉപയോഗിക്കപ്പെടുന്നത്. ഇവ Community building ന് അത്യാവശ്യമാണെന്ന് ഉദ്ഘോഷിക്കുന്ന പോസ്റ്ററുകൾ മിക്ക സ്ഥാപനങ്ങളിലും കാണാം. മേൽ ചൊന്ന വാക്കുകൾ നടക്കാനിറങ്ങുമ്പോൾ പരിചയക്കാരോട് പറയുക, അപരിചിതരോട് പോലും സൗഹ്യദത്തിൽ പെരുമാറുക തുടങ്ങിയ നല്ല രീതികൾ അമേരിക്കക്കാരിലുണ്ട്. ഈ കാര്യങ്ങൾ പ്രചരിപ്പിച്ചാൽ നല്ല community ഉണ്ടാക്കുവാൻ കഴിയും എന്നും അവർ കരുതുന്നു. Farnsworth middle School, Guilderland, St. Rose College, Albany തുടങ്ങിയ സ്ഥാപനങ്ങളിലെ ചുവരുകളിൽ ധാരാളമായി ഇത്തരം കാര്യങ്ങൾ വിവരിക്കുന്ന പോസ്റ്ററുകൾ കാണാം.

സ്കൂളുകളിലും കോളജ് കാമ്പസുകളിലും മാത്രമല്ല ഇത്തരം പോസ്റ്ററുകൾ ഉള്ളത്. ഇതര സ്ഥാപനങ്ങളിലും മിക്ക പൊതുഇടങ്ങളിലും ഉണ്ട്.

കുട്ടികളിൽ ഇത്തരം കാര്യങ്ങൾ വളർത്തിയെടുക്കാൻ ബോധപൂർവ്വമായ ഉടപെടൽ നടത്തുന്നുണ്ട്. Child is the father of man എന്നാണല്ലോ. കുട്ടികളിൽ ആർജ്ജവം, സത്യസന്ധത, വസ്തുതകളോടുള്ള സുതാര്യമായ സമീപനം, ആത്മാർത്ഥത തുടങ്ങിയവ വളർത്തുന്നതിന് പ്രേരണ നൽകുന്ന സന്ദേശങ്ങളും പോസ്റ്ററുകളിൽ കാണാം. കുട്ടികളിൽ നിന്ന് തുടങ്ങണം. മുതിർന്നവർ ഇതൊക്കെ പാഠമാക്കേണ്ടതുണ്ട്. നല്ല ശീലങ്ങൾ പെരുമാറ്റ രീതികൾ, ബഹുമാനം ഇതൊക്കെ കുട്ടിയായിരിക്കുമ്പോഴേ ശീലിച്ചാൽ ആ ശീലം മരണം വരെ കൂടെയുണ്ടാകും. ഇതൊക്കെ നമുക്കും അറിയാം. ഒരു പക്ഷെ ഇന്ത്യൻ സംസ്കാരത്തിൽ നിന്നാവാം അമേരിക്കൻ ജനത ഇവയൊക്കെ മനസിലാക്കുന്നത്. അവർ നല്ലതുപോലെ ഇവയൊക്കെ നടപ്പിലാക്കാൻ ശ്രമിക്കുന്നുണ്ട്. എത്രമാത്രം വിജയിക്കുന്നുണ്ട് എന്നത് മറ്റൊരുകാര്യം.

3. സർഗ്ഗവാസന

കുട്ടികളിൽ എഴുതാനുള്ള വാസന വളർത്തുക - സർഗ്ഗവാസന പരിപോഷിപ്പിക്കുക - എന്ന ലക്ഷ്യം നേടാൻ അദ്ധ്യാപകർ പല രീതികളും സ്വീകരിക്കാറുണ്ട്. നാൻസി ബ്രൂമർ എന്ന ഫാൺസ്വർത്ത് സ്കൂളിലെ (Farnsworth School) അധ്യാപിക ഭാഷാവിഷയങ്ങളിൽ നൂതന രീതികൾ വിജയകരമായി പരീക്ഷിക്കുന്ന ഒരധ്യാപികയാണ്. നാൻസിയുടെ ക്ലാസിൽ പ്രവേശിക്കുമ്പോൾ തന്നെ വ്യത്യാസം നിങ്ങൾക്ക് തിരിച്ചറിറിയാം. അവിടെ ചുമരുകളിൽ നിറയെ കുട്ടികൾ ചില വാക്കുകൾ ഒട്ടിച്ചു വച്ചിട്ടുണ്ട്. We are Writing Community എന്ന് പേരിട്ടിരിക്കുന്ന ചുമരിന്റെ ഒരുഭാഗത്ത് കുട്ടികൾക്ക് അവർക്ക് ഇഷ്ടമുള്ള കാര്യങ്ങൾ എഴുതാനുള്ള സൗകര്യമുണ്ട്. വാക്കുകൾ, വാക്യങ്ങൾ ഇങ്ങനെ എന്തുമാകാം.

വാക്കുകളുമായി ചങ്ങാത്തം കൂടാൻ കുട്ടികളെ പ്രേരിപ്പിക്കുന്ന ചില സൂത്രങ്ങൾ നാൻസി ക്ലാസിൽ അവതരിപ്പിക്കാറുണ്ട്. എന്തുകൊണ്ട് ഞാൻ ഈ വാക്കിനെ ഇഷ്ടപ്പെടുന്നു എന്ന് വിശദീകരിക്കാൻ നാൻസി കുട്ടികൾക്ക് അവസരം നൽകാറുണ്ട്. സ്വാഭാവികമായും കുട്ടി ആ വാക്കിലേക്ക്, അതിന്റെ വിവിധ പ്രത്യേകതകളിലേക്ക് കടന്നു ചെല്ലുന്നു. വാക്കിന്റെ ഉദ്ഭവം, അർത്ഥം, നാനാർത്ഥം, പ്രാദേശികമായ വകഭേദങ്ങൾ ഇവയിലേക്ക് വളരെ രസകരമായ ഒരു യാത്ര തന്നെ പോകാൻ കുട്ടിക്ക് ഇത് അവസരം ഒരുക്കുന്നു. ഇപ്രകാരം ഒരു വാക്കിനെ പ്രണയിച്ച് കൂടെ കൂട്ടുമ്പോൾ വളരെ അടുത്ത മിത്രമായി ഈ വാക്ക് നമ്മുടെ കൂടെ എന്നും ഉണ്ടാവും. വാക്കിനെ പരിചയപ്പെടുത്തുന്ന പല രീതികളിൽ ഒന്നാണിത്. വാക്ക് വലുതായി എഴുതി കളർകൊടുക്കുക എന്നുള്ളതാണ് മറ്റൊരു രീതി. ചില വാക്കുകളുടെ ആദ്യത്തെ അക്ഷരത്തെ ആ വാക്ക് ഉൾക്കൊള്ളുന്ന അർത്ഥത്തെ ചിത്രത്തിന്റെ സഹായത്തോടെ മനസിലാക്കുന്ന രീതിയും ഉണ്ട്. നാൻസി ഫലപ്രദമായിത്തന്നെ ഇവ ഉപയോഗിക്കുന്നുണ്ട്. എഴുത്തിലേക്ക് കുട്ടികളെ നയിക്കുന്ന ഇത്തരം പ്രവർത്തനങ്ങൾ നമ്മുടെ നാട്ടിലെ സ്കൂളുകളിലും കാണാൻ പറ്റും.

കുട്ടികളിലെ സർഗാത്മകത വളർത്തുന്നതിന് കയ്യെഴുത്തുമാസികകൾക്കുള്ള പ്രാധാന്യം നന്നായി മനസിലാക്കിയിട്ടുണ്ട് നാൻസി. പരസ്പരപൂരകങ്ങളാണ് വായനയും എഴുത്തും എന്ന് നാൻസി പറയുന്നു. ക്ലാസ് റൂം പ്രവർത്തനത്തിന്റെ ഭാഗമായി എങ്ങിനെ ഒരു മാസിക തയ്യാറാക്കാം എന്നതിനെക്കുറിച്ച് നാൻസി ബ്രൂമറിന്റെ മാതൃക നോക്കൂ.

ഫീച്ചർ ആർട്ടിക്കിൾ എങ്ങനെ എഴുതാം എന്നതിനെക്കുറിച്ച് ഒരു മാസം നീണ്ടു നില്ക്കുന്ന ഒരുപഠന ശില്പശാല. അത് ക്ലാസിൽ തന്നെ. തീയതിയൊക്കെ മുൻകൂട്ടി കുട്ടികളെ അറിയിക്കും. വളരെ സമയബന്ധിതമായി ശിൽപശാലയുടെ കാര്യപരിപാടികൾ വിന്യസിച്ചിരിക്കുന്നു. എഴുത്തിന്റെ വിവിധ ഘട്ടങ്ങൾ - basement ഇട്ടുകെട്ടിടം പണിത് പൂർത്തിയാക്കുന്നതു പോലെ - ചിട്ടയോടും ഉറപ്പോടും നിഷ്കർഷയോടും കൂടി ചെയ്യേണ്ടുന്ന ഒന്നാണെന്ന ബോധ്യം കുട്ടികളിൽ ഉറപ്പിക്കുന്നതിന് വേണ്ടുന്നതെല്ലാം ഈ ശിൽപശാലയിൽ സംഭവിക്കുന്നു.

എല്ലാ കുട്ടികൾക്കും ഒരു writer's notebookഅത്യാവശ്യമാണ്. ഇതിൽ ഡയറിയിൽ എഴുതുന്ന പോലെ എന്തുമെഴുതാം. പക്ഷേ യാന്ത്രികമാകരുത് എഴുത്ത്. കണ്ടത്, മനസിൽ കൊണ്ടത് മറ്റുള്ളവർ കാണണമെന്ന് ആഗ്രഹിക്കുന്നത്- അങ്ങനെ എന്തും.. സാധാരണ കാഴ്ചയിൽ നിന്നും വളരെ വിഭിന്നമായിരിക്കും ഒരു എഴുത്തുകാരന്റെ കാഴ്ച എന്ന

തോന്നൽ കുട്ടികളിൽ ഉണ്ടാക്കുന്നു. വീണുകിടക്കുന്ന പൂവിനെ കണ്ട പ്പോഴല്ലേ വീണപൂവ് എന്ന മനോഹരമായ കാവ്യം ഉണ്ടായത്. സമാന സ്വഭാവമുള്ള കവിത ഇംഗ്ലിഷിൽ ഉണ്ട്. Robert Herrick എഴുതിയ To the virgins, to make much of time എന്ന കവിതയിൽ Rosebuds നെയാണ് ബിംബമായി സ്വീകരിച്ചിരിക്കുന്നത്. ഈ കാവ്യഭാവനകളിൽ ഒരു പനിനീർ മൊട്ടിൽ അല്ലെങ്കിൽ വീണൊരു പൂവിൽ മനുഷ്യജീവിത ത്തിന്റെ ഗതി ദർശിച്ചിരിക്കുകയാണല്ലോ. ഇതു പോലെ ഒരു കാഴ്ചയെ അനുഭവത്തെ സമഗ്രമായി എഴുതി തയ്യാറാക്കുകയാണ് കുട്ടികൾ ചെയ്യേണ്ടത്. ഒരു മാസിക തയ്യാറാക്കുന്നതിന്റെ ആദ്യപടി മാത്രമല്ല ഇത്, എഴുത്തിലേക്കുള്ള ചൂണ്ടുപലക കൂടിയാണ്.

ഇത് രണ്ട് ഘട്ടങ്ങളായി ചെയ്യാം. ഒന്ന്, കണ്ടതും കേട്ടതും മനസ്സിൽ സ്പർശിച്ചതിനെയും കുറിച്ചുള്ള കുറിപ്പുകൾ. രണ്ട് ഇവയിലേക്ക് ഭാവനയുടെ അംശങ്ങൾ സന്നിവേശിപ്പിക്കൽ. ഈ ചെറുകുറിപ്പുകളിലൂടെ പല പ്രാവശ്യം സഞ്ചരിക്കുമ്പോൾ അതിൽ ആവശ്യമായ തിരുത്തലുകൾ പുതുക്കലുകൾ വന്നുകൊണ്ടിരിക്കും. അതൊരു ആത്മ സ്പർശമുള്ള എഴു ത്താണെന്ന് ഓരോ ഘട്ടത്തിലും ഉറപ്പുവരുത്തേണ്ടതുണ്ട്.

ഇനി താരതമ്യമാണ്. ഇതിനായി ആദ്യംഒരു ഫീച്ചർ അല്ലെങ്കിൽ അനുഭവകുറിപ്പ് തിരഞ്ഞെടുക്കുന്നു. സമാനസ്വഭാവമുള്ളവ - ഒന്നില ധികം കണ്ടെത്താൻ പറ്റുമെങ്കിൽ അങ്ങനെയുമാവാം. ഇതിനായി

നിരവധി ഫീച്ചറുകൾ കുട്ടികൾക്ക് വായിക്കാൻ നൽകുന്നു. സ്വയം വായനാ സാമഗ്രി തിരഞ്ഞെടുക്കുകയുമാവാം. ഒരു വസ്തുതയെക്കുറിച്ച് പലരുടെയും കാഴ്ചപ്പാടുകൾ ഇഴകീറി വായിക്കുന്നതിന് ഇത് സഹായിക്കും. കുട്ടികളുടെ ക്ലാസിലും വീട്ടിലും ഉള്ള വായനയും ചർച്ചയും ഈ ഒരു വിഷയത്തെ കേന്ദ്രീകരിച്ചായിരിക്കും ഈ നാളുകളിൽ. ഓരോ തവണ വായിക്കുമ്പോഴും അതിന്റെ ആഴത്തിൽ ഇതുവരെ കാണാത്ത പല അർത്ഥങ്ങളും തെളിഞ്ഞു വരുന്നത് കാണാം. ഇത് ക്ലാസിൽ തുടർന്നു നടക്കുന്ന ചർച്ചകളിൽ തെളിഞ്ഞു കാണാം. പലരുടെയും വ്യത്യസ്ത കാഴ്ചപ്പാട്ടുകളായിരിക്കും ചർച്ചയിൽ ഉയർന്നു വരിക. ഒരു വിഷയത്തെക്കുറിച്ചുള്ള പരന്ന വായനയും ആഴത്തിലുള്ള വായനയും ഇങ്ങനെ നടക്കുന്നു. നോക്കൂ എത്ര മനോഹരമായാണ് നാം വായന എന്ന അനുഭൂതിയിലേക്ക് പ്രവേശിക്കുന്നത്.

നാൻസി ഇതിനായി പ്രത്യേകം worksheet കൾ തയ്യാറാക്കിയിട്ടുണ്ട്. കുട്ടി വായിച്ചവയെ facts എന്നും author Voice എന്നും രണ്ട് കോളങ്ങളിൽ എഴുതാൻ ഇതിൽ സൗകര്യമുണ്ട്. ഒരു ഫീച്ചറിൽ വസ്തുതകളും എഴുത്തുകാരന്റെ കാഴ്ചപ്പാടും കൂടി ചേർന്നാണല്ലോ എഴുത്ത് എന്ന ആവിഷ്കാരം സാധ്യമാകുന്നത്.

ഓരോ കുട്ടിയും അവരുടെ ലേഖന വിഷയം കണ്ടെത്തുക, ആത് സ്വന്തം ചിന്തകൾ ചേർത്ത് വികസിപ്പിക്കുക, ഖണ്ഡികകളിലായി അവയെ വിന്യസിക്കുക അങ്ങനെ ലേഖനം പൂർത്തിയാക്കുക. മുട്ട വിരിഞ്ഞ് അതിൽ നിന്ന് ഒരു കുഞ്ഞു പക്ഷി പുറത്തു വരുന്ന പോലെ വിവിധങ്ങളായ ഘട്ടങ്ങൾ കടന്ന് ഒരു ഫീച്ചർ രൂപപ്പെടുന്നതോടെ ശിൽപശാല പരിസമാപ്തിയിലെത്തുന്നു.

4. മാർഗരീറ്റ

സവിതാ ഹാൻസ്പാലിന്റെ വീട്ടിലേക്കുള്ള യാത്രയിൽ ഡ്രൈവ് ചെയ്യുന്നതിനിടെ സവിത പറഞ്ഞു .

"വീട്ടിലെത്തുമ്പോൾ ഏറെ വൈകും.. നമുക്കെന്തെങ്കിലും കഴിച്ചിട്ടു പോകാം".

ഒരു വലിയ ഇറ്റാലിയൻ ബാർ അറ്റാച്ച്ഡ് റെസ്റ്റോറന്റിന്റെ മുന്നിൽ കാർ പാർക്ക് ചെയ്തു.

അതീവ ഹൃദ്യമായ നേർത്ത സംഗീതത്തിൽ മുങ്ങി നിൽക്കുന്ന ആ ഹോട്ടലിലെ ഒരു വലിയ മുറിയിലേക്ക് ഞങ്ങൾ നടന്നു. ചഷകത്തിലെ ഐസ് ക്യൂബ് മെല്ലെ മെല്ലെ അലിഞ്ഞില്ലാതാകുന്നതുപോലെ നിശ്ശബ്ദത സാവധാനം അലിഞ്ഞു പോകുന്ന സംഗീതധാരയിൽ മുങ്ങിക്കുളിച്ചുനിൽക്കുന്ന ഭംഗിയായി അലങ്കരിച്ച ആ മുറി. സംഗീതം ആസ്വദിച്ചു കൊണ്ട് പ്രകാശത്തിന്റെ നേരിയ തെളിച്ചത്തിൽ മദ്യം നുകരുന്നവർ. ഭക്ഷണം കഴിക്കുന്നവർ. ഏറെ പേരില്ല. അതുകൊണ്ടുതന്നെ നാട്ടിലെ ഹോട്ടലുകളിൽ കാണുന്ന തിരക്കോ ബഹളമോ ഇല്ല. ഉള്ളവർ പല നാടുകളിൽ നിന്നുള്ളവരാണെന്ന് അവരുടെ നിറവും മുടിയും മുഖവും വിളിച്ചുപറയുന്നുണ്ട്. അരണ്ട വെളിച്ചത്തിൽ ഏറെ വ്യക്തമല്ലെങ്കിലും മനുഷ്യവൈവിധ്യത്തെ വെളിവാക്കുവാൻ വേണ്ടുന്നത്ര വെളിച്ചം ഉണ്ട്. അവർ മദ്യത്തിനടിപ്പെടുകയോ കീഴ്പ്പെടുകയോ അല്ല, മറിച്ച് ഉന്മേഷം ജനിപ്പിക്കുന്ന ഏതോ ലഹരിയുടെ തിരകളിൽ മെല്ലെ മെല്ലെ സർഫ് ചെയ്യുകയാണെന്ന് തോന്നും അവരുടെ മട്ട് കണ്ടാൽ.

പരിചാരകരൊക്കെ സ്ത്രീകളാണ്. സുന്ദരികൾ. ഞങ്ങളെ പരിചരിക്കാൻ ഒരു സുന്ദരിവന്നു. കുണുങ്ങി നടക്കുന്ന ഒരു തടിച്ച സ്ത്രീ. സംഗീതത്തെ ഭേദിക്കാനെന്നോണം (എങ്കിലേ ഞങ്ങൾക്ക് കേൾക്കു

എന്നത് കൊണ്ടുമാവാം) വളരെ ഉച്ചത്തിലാണ് അവർ സംസാരിക്കുന്നത്. മദ്യ വിജ്ഞാനീയത്തിൽ വളരെ അവഗാഹമില്ലാത്തതിനാൽ എന്ത് ഓർഡർ ചെയ്യണമെന്ന് വലിയ നിശ്ചയമില്ല. വ്യത്യസ്തമായതെന്തെങ്കിലുമാവാം എന്ന തീരുമാനം മാത്രമേയുള്ളു. കൂട്ടത്തിലാരോ പറഞ്ഞു- ട്വക്വില.

ഏറെ നേരത്തെ കാത്തിരിപ്പ്. സംഗീതത്തിൽ മുഴുകിയിരിക്കുന്ന നേരത്തിലെപ്പഴോ ടെക്വില വന്നു.

ഒരു നീല പെറ്റ് ബോട്ടിലിൽ ഐസ് ക്യൂബുകൾക്കൊപ്പം മിക്സ് ചെയ്താണ് ആ ബ്രസീലിയൻ സുന്ദരി ടക്വില കൊണ്ടുവന്നത്. മനോഹരമായ സ്ഫടിക ഗ്ലാസിൽ അവൾ അത് പകർന്നു. margaritas made from Tequila.

മെക്സിക്കൻ തീരത്തു കാണുന്ന നീല അഗാതെ ചെടിയിൽ നിന്നു വേർതിരിച്ചെടുക്കുന്ന മദ്യമാണ് ടെക്വല.Tequila യും ഓറഞ്ച് ലിക്വറും നാരങ്ങാനീരും പ്രത്യേക അനുപാതത്തിൽ ചേർത്ത്, ഐസ് തരികൾക്കൊപ്പം മനോഹരമായ ഗ്ലാസ് ടംബ്ലറുകളിൽ Margarita സെർവ് ചെയ്തു.. സ്ഫടികപരലുകൾ പോലെ ഉപ്പ തരികൾ ഗ്ലാസിന് തുമ്പിൽ പറ്റിയിരിക്കുന്നത് കാണാം. കേവലം അഞ്ചു ഡോളറിന് ആസ്വദിച്ച് കഴിക്കാവുന്ന സുന്ദരൻ പാനീയം.

5. വേഷത്തിന്റെ വിവക്ഷകൾ

സെയിന്റ് റോസ് കോളജിൽ സംഘടിപ്പിച്ച ഇൻറർനാഷണൽ സ്റ്റുഡൻസ് മീറ്റിന്റെ ഭാഗമായി ഒരുക്കിയ സാംസ്കാരിക പ്രദർശനത്തിൽ വിവിധ രാജ്യങ്ങളുടെ പ്രതിനിധികൾ അവരുടെ പരമ്പരാഗത വേഷത്തിൽ അണിനിരന്നപ്പോൾ അത് വ്യത്യസ്തമായ ചില ചിന്തകൾക്കും ചർച്ചകൾക്കും വഴിവച്ചു.

വേഷത്തിന്റെ രാഷ്ട്രീയവും ചരിത്രവും വിശദമായ പരിശോധനകൾക്ക് വിധേയമായി. വേഷങ്ങൾക്ക് അധിനിവേശത്തിന്റെയും കൊളോണിയലിസത്തിന്റെയും അടിച്ചമർത്തലിന്റെയും സാമൂഹിക ഉച്ചനീചത്വത്തിന്റെയും കഥകൾ പറയാനുണ്ട്. വിവിധ രാജ്യങ്ങളുടെ കാലാവസ്ഥ, വിശ്വാസങ്ങൾ, സംസ്കാരം ഇവയൊക്കെ വസ്ത്രധാരണത്തിൽ ചെറുതല്ലാത്ത സ്വാധീനം ചെലുത്തുന്നതായി കാണാം. വസ്ത്രം മാത്രമല്ല വസ്ത്രധാരണരീതിയും അതത് പ്രദേശത്തിന്റെ പ്രത്യേകതകൾക്കനുസരിച്ച് മാറിക്കൊണ്ടിരിക്കുന്നു.

ഓരോ രാജ്യത്തിനും അവരുടെ പരമ്പരാഗതമായ വേഷവിതാനങ്ങളുണ്ട്. ആഫ്രിക്കൻ രാജ്യങ്ങളിൽ നിന്നുള്ള പ്രതിനിധികൾ കങ്കകൾ എന്നു പറയുന്ന പ്രത്യേകവേഷം പ്രദർശനത്തിൽ അവതരിപ്പിച്ചു. കങ്കകൾ കൊണ്ട് മുതുകത്ത് കുട്ടിയെ ചുറ്റിക്കെട്ടി തലയിൽ വെള്ളം നിറച്ച പാത്രവും കയ്യിൽ പച്ചക്കറികളുമായി പോകുന്ന സത്രീകളുടെ വലിയ നിര ഒരു ടാൻസാനിയൻ ദൃശ്യാനുഭവമാണ്. ഈ വസ്ത്രം അവർക്ക് ഫാഷനല്ല, അതിജീവനമാകുന്നു. എത്രയൊക്കെ അടിമയാക്കി വച്ചാലും നിവർന്നു നില്ക്കുന്ന ചെറുത്തു നിൽപിന്റെ, കരുത്തിന്റെ പ്രതിരൂപങ്ങൾ ആ വേഷത്തിൽ കാണാം. അത് അവരുടെ സ്വാതന്ത്ര്യ പ്രഘോഷണമാണ്. ലിനൻ കോട്ടന്റെ നീളൻപാവാടയും ചുമൽ മറയ്ക്കുന്ന

കയ്യുള്ള ബ്ലൗസും, കഴുത്തിൽ ചുറ്റിയിടുന്ന ഷാളുമുള്ള ഈജിപ്ഷ്യൻ രീതി, ഇന്ത്യയുടേയും ബംഗ്ലാദേശി സ്ത്രീകളുടെയും സാരി, പുരുഷന്മാരുടെ ഷെർവാണിയും കുർത്തയും പൈജാമയും, ഒക്കെയും പ്രദർശനത്തിൽ പ്രത്യേക ശ്രദ്ധപിടിച്ചുപറ്റി.

വസ്ത്രം ഒരു രാഷ്ട്രീയ അടയാളം കൂടിയാണ്. മാവോ സെ തുങ്ങിനോടുള്ള ബഹുമാനവും ചൈനീസ് കമ്മ്യൂണിസ്റ്റ് പാർട്ടിയോടുള്ള അഭിനിവേശവും ടാൻസാനിയയിലെ സ്വാതന്ത്ര്യ സമര പോരാളികൾ കമ്മ്യൂണിസ്റ്റ് ചൈനയിലെ പോരാളികളുടെ വസ്ത്രധാരണം അനുകരിക്കാൻ കാരണമായി. ക്യൂബൻ വിപ്ലവകാരികളുടെ വേഷവിതാനവും 'Vencermos' (we shall conquer) എന്ന മുദ്രാവാക്യവും അനുകരിച്ച് സാൻസിബാറിലെ വിപ്ലവം വിജയിപ്പിക്കുകയും സുൽത്താന്റെ ഭരണം അവർ അവസാനിപ്പിക്കുകയും ചെയ്തു. വസ്ത്രം ഒരു സമര ചിഹ്നമായി മാറുന്നതിന്റെ ചരിത്രം കൂടിയാണത്. പരിഹാസത്തിന്റെയും അവജ്ഞയുടെയും ആക്ഷേപത്തിന്റെയും പൊതുബോധങ്ങളെ തകർത്ത് ലോക സാമൂഹ്യക്രമത്തിലേക്ക് അഭിമാനത്തോടെ സ്വന്തം സംസ്കാരസ്വത്വത്തെ എത്തിക്കാനുള്ള ശ്രമത്തിൻറെ ഭാഗമായി കൂടിയാണ് ഈ വസ്ത്രങ്ങളുടെ, നിറങ്ങളുടെ ഷോകേയ്സിങ്ങിനെ വായിക്കേണ്ടത്. ജാതീയതയ്ക്കെതിരെയുള്ള, വംശീയതക്കെതിരെയുള്ള വിവേചനങ്ങൾക്കെതിരെയുള്ള

പോരാട്ടസാധ്യതകളുടെ രാഷ്ട്രീയമാണ് സെയിന്റ് റോസ് സാംസ്കാരിക പ്രദർശനം മുന്നോട്ടുവച്ചത്.

യൂറോപ്യൻ വസ്ത്രധാരണമല്ല സംസ്കാരത്തിന്റെ അടയാളമെന്നും കാലാവസ്ഥയ്ക്കും തൊഴിലിനും ജീവിതരീതികൾക്കും അനുസരിച്ചാണ് ഓരോ ജനതയുടേയും വസ്ത്രധാരണം എന്നും വിവിധ രാജ്യങ്ങളിൽ നിന്നുള്ളവർ ലോകത്തോട് വിളിച്ചുപറയുന്നതിനുള്ള വേദിയായി മാറി ഈ എക്സിബിഷൻ.

6. ബോസ്റ്റൺ ടീ പാർട്ടി

അമേരിക്കയിലെ മസാച്ചു സെറ്റ്സ് സംസ്ഥാനത്തിന്റെ തലസ്ഥാനമാണ് ബോസ്റ്റൺ. ഇംഗ്ലീഷുകാർ 1630-ൽ ആണ് ഈ നഗരം സ്ഥാപിച്ചത്.

ബോസ്റ്റൺ എന്ന പേര് ആദ്യമായി അറിയുന്നത് കുട്ടിക്കാലത്ത് ഏതോ ക്ലാസിൽ പഠിച്ച സാമൂഹ്യ ശാസ്ത്ര പാഠപുസ്തകത്തിൽ നിന്ന്. ബോസ്റ്റൺ ടീ പാർട്ടി എന്ന ചരിത്ര സംഭവത്തെക്കുറിച്ച് അന്ന് പഠിച്ചറിഞ്ഞ കാര്യങ്ങൾ ഇന്നും മനസിലുണ്ട്. അമേരിക്കയിലെ മസ്സാച്ചുസെറ്റ്സ് പ്രവിശ്യയിലെ ബോസ്റ്റൺ തുറമുഖത്ത് അമേരിക്കൻ കോളനിക്കാർ ബ്രിട്ടീഷ് സർക്കാരിന്റെ നികുതിനയത്തിനെതിരെ നടത്തിയ പ്രതിഷേധ നടപടിയാണ് ചരിത്രപ്രസിദ്ധമായ ബോസ്റ്റൺ ചായവിരുന്ന് (ബോസ്റ്റൺ ടീ പാർട്ടി) എന്നറിയപ്പെടുന്നത്. നികുതി ചുമത്തപ്പെട്ട തേയില മൂന്നു കപ്പൽ നിറയെ ബ്രിട്ടണിലേയ്ക്ക് തിരികെ അയക്കാൻ വിസമ്മതിച്ചതിനെ തുടർന്ന് ഒരുപറ്റം കോളനിക്കാർ കപ്പലുകളിൽ കയറി അവയിലുണ്ടായിരുന്ന തേയില കടലിലെറിഞ്ഞ് നശിപ്പിച്ചതിനെയാണ് ഇത് സൂചിപ്പിക്കുന്നത്. അമേരിക്കൻ ചരിത്രത്തിൽ ഏറെ പ്രതീകാത്മക പ്രാധാന്യമുള്ള ഈ സംഭവം മറ്റു രാഷ്ട്രീയ പ്രക്ഷോഭങ്ങളുടെ പശ്ചാത്തലത്തിലും പരാമർശിക്കപ്പെടാറുണ്ട്.

ബോസ്റ്റൺ തുറമുഖ കാഴ്ചകൾക്കുശേഷം Boston imax 3d തീയറ്ററിൽ നിന്നും ഒരു സിനിമ കണ്ടു. JOURNEY TO THE SOUTH പസിഫിക് എന്നാണ് ഈ ത്രീ ഡി ചിത്രത്തിൻറെ പേര്. ഇന്ത്യൻ മഹാസമുദ്രത്തിനും പസഫിക് സമുദ്രത്തിനും ഇടയിലുള്ള ഇന്തോനേഷ്യയിലെ പപ്പുവ ന്യൂ ഗിനിയ ദ്വീപിനെക്കുറിച്ചും അവരുടെ കടൽ ജീവിതത്തെ കുറിച്ചും ആണ് ഈ സിനിമ പ്രതിപാദിക്കുന്നത്. ത്രീഡി

യുടെ സാധ്യതകൾ പരമാവധി ഉപയോഗപ്പെടുത്തിയ ഈ ചിത്രം നല്ല ഒരു ദൃശ്യവിരുന്ന് തന്നെയായിരുന്നു. ഇതിലെ സാഹസികമായ ജലാന്തരചിത്രീകരണവും സാങ്കേതിക തികവും പ്രത്യേകം പരാമർശി ക്കാതെ വയ്യ. ഒരു ഡോക്യുമെന്ററിയുടെ സാധ്യതകൾക്കപ്പുറം അത്ര തന്നെ സുഘടിതമല്ലാത്ത ഒരു കഥാതന്തു ഇതിനുണ്ട്.

ഫ്രെഡ് എന്ന മധ്യവയസ് പിന്നിട്ട കോമളരൂപനായിരുന്നു ബോസ്റ്റൺ യാത്രിലെ ഞങ്ങളുടെ ബസ് ഹോസ്റ്റ്. എയർഹോസ്റ്റസ് എന്ന് കേട്ടിട്ടുണ്ട്. ബസ് ഹോസ്റ്റ്, ഹോസ്റ്റസ് എന്നൊക്കെയുള്ള ജോലികൾ ചെയ്യുന്നവരും ഉണ്ട് എന്നത് പുതിയ അറിവായിരുന്നു. ടൂറിസ്റ്റ് ഗൈഡിന്റെ വിപുലീകൃത രൂപമാണ് ബസ് ഹോസ്റ്റ്.

ബസിൽ ടൂറിസ്റ്റുകൾക്ക് വേണ്ടുന്ന എല്ലാ സൌകര്യങ്ങളും ബസ്ഹോ സ്റ്റ് ചെയ്യും. അക്കാര്യത്തിൽ ഫ്രെഡ് കാണിക്കുന്ന ശുഷ്കാന്തി അഭിന ന്ദനീയം തന്നെ. യാത്രക്കാരുടെ ആരോഗ്യസ്ഥിതി, ഭക്ഷണ രീതികൾ, വിനോദങ്ങൾ എന്നിവയൊക്കെ അന്വേഷിച്ചറിഞ്ഞ് വേണ്ടതൊക്കെ ചെയ്യുന്നതിൽ അദ്ദേഹം ശ്രദ്ധ പതിപ്പിക്കുന്നു.

7. ബ്രൌൺബസ്

ബ്രൌൺബസ് എന്ന ടൂറിസ്റ്റ് ബസിലെ ഹോസ്റ്റാണ് ഫ്രെഡ്. റസ്റ്റ്റൂം സൗകര്യം പോലുമുണ്ട് ഈ ബസിൽ. ബസിന്റെ ഏറ്റവും പിറകിലാണ് ടോയ്‌ലറ്റ് സൗകര്യം. ഏഴുമണിക്ക് തുടങ്ങിയ യാത്രയി ൽ പത്തുമണിക്ക് ചായ, ഒപ്പം കുക്കീസ്/കേക്ക്. പന്ത്രണ്ടു മണിക്ക് ഓറഞ്ച് ജ്യൂസ്. പിന്നെ തിരിച്ചു വരുമ്പോൾ വീണ്ടും ജ്യൂസ്. മിട്ടായി. അങ്ങനെ വയറിനും വായയ്ക്കും വിശ്രമമില്ലാത്ത യാത്ര ഫ്രെഡ് സമ്മാനിച്ചു. ഫ്രെഡ് നല്ല ഒരു ഗൈഡ് കൂടി ആയിരുന്നു. നല്ല സ്ഥലകാലജ്ഞാനം. നല്ല വിവരണങ്ങൾ. നല്ല ശബ്ദസൗകുമാര്യം. നല്ല പരിചരണം. സേവനം നല്ലതായാലേ ആളെ കിട്ടൂ എന്ന് അറിയുന്നത് കൊണ്ട് കൂടിയാവാം ഇതെന്ന് ഒരു ഇന്ത്യൻസുഹൃത്ത്. ഏതിനും ഒരു മറുവശം കാണാൻ നമുക്ക് ഒരു പ്രത്യേക കഴിവുണ്ടല്ലോ.

ബോസ്റ്റണിൽ നിന്ന് ലോകത്തിലെ മികച്ച സർവകലാശാലകളി ലൊന്നായ ഹാർവാർഡിലേക്ക് പുറപ്പെടുമ്പോൾ സമയം ഉച്ചയ്ക്ക് ഒരു മണി.

മെട്രോ ട്രെയിനിലായിരുന്നു യാത്ര. ഇവർ റെയിൽവെസ്റ്റേഷൻ എന്നല്ല പറയുക. റെയിൽസ്റ്റേഷൻ എന്നാണ്. നമ്മുടെ മെട്രോ റെയിൽവെ പോലെതന്നെയാണ് ഇവിടുത്തെ മെട്രോയും. വലിയ വ്യ ത്യാസമൊന്നുമില്ല. യാത്രയ്ക്കിടയിലെപ്പോഴോ എൻറെ അടുത്ത് അതീവ സുന്ദരിയായ ഒരു സ്ത്രീ വന്നിരുന്നു. ഒത്ത ഉയരവും തടിയുമുള്ള സ്ത്രീ. ഒരു കുഴപ്പമേ ഉണ്ടായിരുന്നുള്ളൂ. അവർ ധരിച്ചിരുന്ന തൊപ്പിയിൽ ഇങ്ങനെ എഴുതിയിരിക്കുന്നു. supreme bitch! ഹാർവാഡിൽ എത്തുന്നതുവരെ ഞാൻ ശ്വാസം വിടാൻ പോലും മറന്നിരുന്നു. ഫോട്ടോ എടുക്കാനും പറ്റിയില്ല. അവരുടെ അനുവാദത്തോടെ ഒരു ഫോട്ടോ എടുത്താലോ

എന്ന് വിചാരിച്ചിരുന്നു. പക്ഷെ ചോദിച്ചില്ല. ക്ഷമിക്കുക !

ഇരുപതുമിനുട്ടിൽ കുറവുമാത്രമുള്ള ട്രെയിൻ യാത്രയിൽ ചെറിയ നാല് സ്റ്റേഷനുകളി ൽ ട്രെയിൻ നി ർത്തി. ഹാർവാർഡ് റെയിൽ സ്റ്റേഷൻ, സർവകലാശാലയ്ക്ക് അടുത്ത് തന്നെയാണ് സ്ഥിതി ചെയ്യുന്നത്. പ്രഗൽഭമതികളായ ടി.എസ്. എലിയറ്റ്, ഹെലൻ കെല്ലർ, ജോൺ ആഡംസ്, ബേനസിൽ ഭൂട്ടോ, ജോൺ എഫ് കെന്നഡി, അൽഗോർ ബിൽഗേറ്റ്സ്, ജോർജ് ഡബ്യൂ, ബുഷ്, ബരാക്ക് ഒബാമ, മാർക്ക് സക്കർബർഗ്, ഫ്രാങ്ക്ളിൻ ഡെലാനോ, റൂസ് വെൽറ്റ് തുടങ്ങിയവരെയും ഇവിടെ പേര് സൂചിപ്പിക്കാത്ത മറ്റ് പല ലോകപ്രശസ്തരേയും വാർത്തെടുത്ത ഈ സർവകലാശാല ലോകത്തിലെ മികച്ച വിദ്യാഭ്യാസ സ്ഥാപനങ്ങളിൽ ഒന്നായി തലയുയർത്തി നിൽക്കുന്നു.

ഹാർവാർഡ് സർവ്വകലാശാലയിൽ നിന്ന് പുറത്തിറങ്ങിയപ്പോൾ അപ്രതീക്ഷിതമായി നഗരത്തിൽ രൂപപ്പെട്ട ഒരു വലിയ ആൾക്കൂട്ടം കണ്ടു. ഓടിച്ചെന്നു നോക്കിയപ്പോൾ, തെരുവ് നാടകമാണ്. ആഫ്രോ അമേരിക്കൻസും അല്ലാത്തവരുമായി പത്തുപതിനഞ്ചോളം നടീനടന്മാർ. കോറസ് ഉൾപ്പെടെയുള്ള അവതരണ സങ്കേതങ്ങൾ, മൈക്ക്, കൊസ്റ്റ്യൂംസ്, പ്രൊപ്പർട്ടീസ് എന്നിവയെ ആശ്രയിക്കാതെ പച്ചമനുഷ്യരുടെ ശരീരഭാഷയിലൂടെയും, മറ്റ് വിനിമയ സങ്കേതങ്ങളിലൂടെയും ഉള്ള അവതരണം.

തിരികെ റെയിൽ സ്റ്റേഷനിലെത്തുമ്പോൾ അവിടെ ഒരാൾ ഇരുന്നു പാടുന്നു. ഒരു തെരുവ് ഗായകൻ. സംഗീത ഉപകരണങ്ങളുടെ സഹായത്തോടെ ഒറ്റയ്ക്കുള്ള അവതരണമാണ്. തെരുവ് ഗായകൻ എന്നാൽ നമ്മുടെ മനസ്സിൽ ഉണ്ടാകുന്ന ചിത്രം എന്താണ്? ക്ഷീണിതനായ, കീറിയ വസ്ത്രം ധരിച്ച, വയറ്റത്ത് അടിച്ച് താളമിട്ട് തൊണ്ടകീറി പാടുന്ന ഗായകൻ. ഇത് അങ്ങനെ ഒന്നുമല്ല. നല്ല ചുള്ളൻ. ഗിറ്റാർ, മിക്സർ, സ്പീക്കർ, എന്നുവേണ്ട ഒട്ടുമിക്ക സാമഗ്രികളുമുണ്ട് ഒപ്പം. നല്ല പ്രാവീണ്യത്തോടെയാണ് അയാൾ ഗിറ്റാർ വായിച്ചത്. പ്രശസ്ത ഗായകരുടെ, ബാൻറുകളുടെ ഗാനങ്ങൾ - ജോൺ ഡെൻവർ, യു ടു, ബീറ്റിൽസ് - അദ്ദേഹം പാടുകയുണ്ടായി. ഹൃദ്യമായ മറ്റൊരനുഭവമായി മാറി അത്.

8. ബനാന റിപ്പബ്ലിക്ക്

ബോസ്റ്റൺ യാത്രയുടെ ഭാഗമായി ക്വിൻസി മാർക്കറ്റിൽ നിന്ന് പുറത്തിറങ്ങി ഞങ്ങളുടെ ബസ് കാത്തുനിൽക്കുമ്പോൾ തൊട്ടുമുന്നിലുള്ള കടയുടെ പേര് വായിച്ചു. ബനാന റിപ്പബ്ലിക്ക്. പഴക്കടയല്ല. നല്ല വിലയുള്ള വസ്തുങ്ങളുടെ വിൽപന കേന്ദ്രം.

ബനാന റിപ്പബ്ലിക് എന്ന പ്രയോഗം പൊളിറ്റിക്കൽ സയൻസിലും സാമ്പത്തിക ശാസ്ത്രത്തിലും കാണാം. എങ്കിലും ഈ പ്രയോഗം political scienceൽ ആണ് കൂടുതലായി കണ്ടുവരുന്നത്.

ഒ. ഹെൻറിയുടെ Cabbages and Kings എന്ന ചെറുകഥയിലാണ് ഈ പ്രയോഗം ആദ്യമായി പ്രത്യക്ഷപ്പെടുന്നത്. ദുർബലമായ രാഷ്ട്രീയ അവസ്ഥയുള്ള രാജ്യങ്ങളെ ബനാന റിപ്പബ്ലിക് എന്ന് വിളിക്കാറുണ്ട്. ഇത്തരം രാജ്യങ്ങളുടെ ആഭ്യന്തരകാര്യങ്ങളിൽ മറ്റു രാജ്യങ്ങൾ കൈകടത്താൻ ശ്രമിക്കും. ഇവയുടെ ഭരണകാര്യങ്ങളിൽ പിൻസീറ്റ് ഡ്രൈവിങ്ങും റിമോട്ട് കൺട്രോളിങ്ങും നിർബാധം നടക്കും. സാമ്പത്തിക സ്ഥിതിയുടെ കാര്യത്തിൽ പരുങ്ങലിലായ രാജ്യങ്ങളേയും Banana Republic എന്ന് വിളിക്കാറുണ്ട്. ഇത് പ്രധാനമായും മൂന്നാം ലോകരാജ്യങ്ങൾ, ഉഷ്ണമേഖലാ രാജ്യങ്ങൾ ആവാം. ഇത്തരം രാജ്യങ്ങളിലെ പ്രധാന വരുമാനമാർഗം -വാഴകൃഷി - ആവാം. വാഴപ്പഴത്തിന്റെ വളവും മൃദുത്വവും ഈ പേരിന് കാരണമാവാം. അമേരിക്കയിൽ ആദ്യമായി വാഴപ്പഴം എത്തുന്നത് ബോസ്റ്റണിൽ ആണ്.

1870 ൽ. ലോറൻസോ ഡോ ബേക്കർ എന്ന കപ്പിത്താൻ ആഫ്രിക്കയിലെ ജമൈക്കയിൽ നിന്ന് കൊണ്ടുവന്ന വാഴപ്പഴങ്ങൾ വൻ ലാഭത്തിൽ ബോസ്റ്റണിൽ വിൽപന നടത്തിയിരുന്നു. ഒരു പക്ഷെ അതിന്റെ ഓർമ്മയ്ക്കായി Banana Republic എന്ന് പേരിട്ടതാകാം ഈ

outlet ന് എന്നും പറയപ്പെടുന്നു. പേരെടുത്ത ബ്രാൻറായതിനാൽ നല്ല വിലയുണ്ട് ഇവിടുത്തെ തുണിത്തരങ്ങൾക്ക്.

9. പരിസ്ഥിതി പോലീസ്

പരിസ്ഥിതി കാര്യങ്ങളിൽ വലിയതോതിലുള്ള നിരീക്ഷണ സംവിധാനങ്ങളും ശ്രദ്ധയുമുണ്ട് അമേരിക്കയ്ക്ക്. ഇതിനായി വൻതുക ചെലവഴിച്ച് ധാരാളം ഗവേഷണ സ്ഥാപനങ്ങൾ പ്രവർത്തിക്കുന്നുണ്ട് അവിടെ. ലോകത്തിലെ ഏതെങ്കിലും ഒരു കോണിൽ പരിസ്ഥിതിനാശമുണ്ടായാൽ അത് തങ്ങളേയും ബാധിക്കുമെന്ന് ഓരോരുത്തർക്കും ബോധ്യമുണ്ടാവേണ്ടതുണ്ട്. ആ ബോധ്യമാണ് ഈ രംഗത്ത് കൂടുതൽ ശ്രദ്ധ പതിപ്പിക്കാൻ ഈ രാജ്യത്തെ പ്രേരിപ്പിക്കുന്നത്. ചെറിയ പ്രായത്തിൽ തന്നെ കുട്ടികളുടെ ഗവേഷണത്വരയെ ഈ മേഖലയിലേക്ക് തിരിച്ചുവിടുന്നതിനുള്ള ബോധപൂർവ്വമുള്ള ഇടപെടൽ ഇവിടെ നടക്കുന്നുണ്ടെന്നു വേണം കരുതാൻ. ഇത്തരത്തിലുള്ള ഒരു സ്ഥാപനമാണ് ഹഡ്സൺ വാലി ടെക് സ്കൂൾ.

ന്യൂയോർക്ക് സംസ്ഥാനത്തിലെ പ്രധാന നദിയാണ് ഹഡ്സൺ. നദിയുടെ മലിനീകരണത്തിന്റെ തോത് നിയന്ത്രണ വിധേയമാക്കുവാനുള്ള പ്രവർത്തനങ്ങൾ പലതും ഏറ്റെടുത്തു നടത്തിയിട്ടുണ്ട് ഈ സ്ഥാപനം. ഇവിടുത്തെ കുട്ടികൾ വികസിപ്പിച്ചെടുത്ത നദീതടസംരക്ഷണ ഉപകരണങ്ങളിൽ ചിലത് കാണുവാനും അവയുടെ പ്രവർത്തന രീതികൾ മനസിലാക്കുവാനും സാധിച്ചു. ഇവർ തയ്യാറാക്കിയ ഒരു വീഡിയോ പരിസ്ഥിതിനാശത്തിന്റെ തോത് ക്രമാതീതമായി വർധിക്കുന്നത് കൃത്യമായ ദത്തങ്ങളുടെ അടിസ്ഥാനത്തിൽ വിശദീകരിക്കുന്നു. കാർബൺ ഡയോക്സൈഡ് ഏറ്റവും കൂടുതൽ പുറന്തള്ളുന്നത് ഏത് രാജ്യമാണെന്നും വ്യാവസായിക വളർച്ചയും ഇതും തമ്മിലുള്ള ബന്ധമെന്താണെന്നും ഈ വീഡിയോ കാട്ടിത്തരുന്നു. 1960 മുത ൽ 2014 വരെയുള്ള വിവരങ്ങൾ ശേഖരിച്ചുകൊണ്ടാണ് ഇത് തയ്യാറാക്കിയിരിക്കുന്നത്. 1960 മുതൽ 2014 വരെയുള്ള നീണ്ട അമ്പത്തിരണ്ടുവർഷങ്ങൾ നമ്മുടെ അന്തരീക്ഷത്തെ മലിനമാക്കുന്നതിൽ ഒന്നാം സ്ഥാനം അമേരിക്കക്കായിരുന്നു എന്ന് ഗ്രാഫ് തുറന്നുകാണിക്കുന്നു. വികസനം നൽകുന്ന ഈ മാരക വിപത്തിന് അമേരിക്ക തന്നെയായിരുന്നു പ്രധാന കാരണക്കാരൻ എന്നർത്ഥം. ഇപ്പോൾ ചൈന അതിവേഗം വ്യാവസായികമായി വികസിക്കുന്നു. സമീപഭാവിയിൽ ചൈന വ്യാവസായിക വികസനത്തിന്റെ കാര്യത്തിൽ അമേരിക്കയുടെ കുത്തക തകർക്കും എന്ന പ്രവചനവും കണക്കുകളുടെ അടിസ്ഥാനത്തിൽ വ്യക്തമാക്കുന്നുണ്ട് ഇതിൽ. ഒപ്പം Carbon dioxide അന്തരീക്ഷത്തിലേക്ക് തള്ളുന്നതിന്റെ നിരക്കിലും അമേരിക്കയെ ചൈന കടത്തിവെട്ടും. ഈ വീഡിയോ അന്തരീക്ഷത്തിന് ദോഷം ചെയ്യുന്ന വാതകങ്ങൾ ഏതൊക്കെയെന്നും അവയിലെ വിഷാംശത്തിന്റെ തോത് എത്രയെന്നും വിശദമായി പറയുന്നുണ്ട്. അയൽരാജ്യമായ ഇന്ത്യയും ജനസംഖ്യയുടെ കാര്യത്തിൽ മാത്രമല്ല പരിസ്ഥിതി നാശത്തിന്റെ കാര്യത്തിലും ഉടനെ ചൈനയെ മറികടക്കും എന്നും പ്രവചിക്കപ്പെടുന്നു! ഏതായാലും ഈ കുട്ടികൾ വീഡിയോ ഗ്രാഫ് വഴി തയ്യാറാക്കിയ വിവരങ്ങൾ, കാര്യങ്ങൾ വിശദീകരിക്കുന്നതിനും അവ എളുപ്പത്തി ൽ മനസ്സിലാക്കുന്നതിനും സഹായകം തന്നെ.

ഹഡ്സൺ വാലി ടെക് സ്കൂൾ നിലവിൽ വന്നത് 2011ൽ ആണ്. മറ്റ് സ്കൂളുകളിൽ നിന്ന് വ്യത്യസ്തമായി വളരെ പ്രത്യേകതകൾ ഉണ്ട് ഇതിന്റെ പ്രവർത്തനങ്ങൾക്ക്. ഹൈസ്കൂൾ കുട്ടികൾക്ക് അവർക്ക് ഇഷ്ടമുള്ള വിഷയത്തിൽ ഗവേഷണം നടത്താൻ ഇവിടെ സംവിധാനം

ഉണ്ട്. അതോടൊപ്പം ഹയർ സെക്കണ്ടറി, ഡിഗ്രി നിലവാരത്തിലുള്ള കോഴ്സ്കളും ഉണ്ട്.

Hudson Wally Tech School ഊർജ സംരക്ഷണത്തിനും അതിന്റെ പുനർവിനിയോഗത്തിനും നല്ല പ്രാധാന്യം നൽകുന്നു. കാറ്റിൽ നിന്നുള്ള ഊർജം പ്രയോജനപ്പെടുത്തുന്നതിന് പ്രത്യേകം ഗവേഷണം നടക്കുന്നുണ്ട് ഇവിടെ. വൻ കമ്പനികളായ ജി. ഇ (General Electronics) പോലുള്ളവയുടെ സഹകരണം ഇവർക്ക് ലഭിക്കുന്നുണ്ട്. ശൈത്യകാലത്ത് അകത്തളം ചൂടുള്ളതാക്കി നിലനിർത്താൻ ഇവർ തന്നെ വികസിപ്പിച്ചെടുത്ത പ്രത്യേക സംവിധാനം ഉണ്ട് ഇവിടെ. ഇതിനായി കൊറിയൻ സാങ്കേതിക വിദ്യയുടെ സഹായം ഇവർ പ്രയോജനപ്പെടുത്തിയിട്ടുണ്ടെങ്കിലും തദ്ദേശീയമായി വികസിപ്പിച്ചതാണ്. മേൽക്കൂരയിൽ വീഴുന്ന മഞ്ഞും മഴയും ശേഖരിക്കാനും സംവിധാനം ഉണ്ട്.

10. ഋതുക്കൾ മാറുമ്പോൾ

ഉഷ്ണകാലത്ത് ശൈത്യം വരാനും ശൈത്യകാലത്ത് വേനൽ വരാനും കൊതിക്കും. കേരളത്തിലായാലും അമേരിക്കയിലായാലും മനുഷ്യന്റെ ചിന്ത ഇക്കാര്യത്തിൽ ഒരു പോലെ തന്നെ. വേനലിന്റെ താപം ആഫ്രിക്കാവൻകരയിൽ താമസിക്കുന്നവരെപോലെ നമ്മൾ അറിഞ്ഞിട്ടില്ല. അന്റാർട്ടിക്കയിലെ തണുപ്പ് അമേരിക്കയിലുമില്ല. പക്ഷെ അതിശൈത്യത്തിന്റെ പിടിയിലായാൽ കാര്യങ്ങൾ കൈവിട്ടമട്ടാണ് പലർക്കും.

ന്യൂയോർക്കിൽ ഖാദർഭായിയുടെ ഓഫീസിലെ ഒരു സംഭാഷണം കേൾക്കു.

കാത്റീൻ : ഈ വിന്റർ എന്ന് തീരും! തണുപ്പ് കൊണ്ട് മനുഷ്യർ ചത്ത് പോകും. നോക്ക് ഖാദർ, എത്ര ലേയർ വസ്ത്രമാണ് ഇട്ടിരുക്കുന്നത്, ഒന്നിനു മീതെ മറ്റൊന്നായിട്ട്. എന്നിട്ടും തണുപ്പ് മാറുന്നില്ല. കുത്തിക്കീറുന്ന തണുപ്പ് തന്നെ.

ഖാദർഭായി: ഇതൊക്കെ ദൈവം നിങ്ങൾക്ക് നൽകുന്ന ഓരോ പരീക്ഷണങ്ങളാണ് കാത്റീൻ! പരീക്ഷണങ്ങളിൽ പിടിച്ചുനിൽക്കാൻ പഠിക്കണം

കാത്റീൻ: എന്ത് പരീക്ഷണം?

ഖാദർഭായി: തണുപ്പുകാലത്തെങ്കിലും നിങ്ങളെക്കൊണ്ട് നേരാംവിധം വസ്ത്രം ധരിപ്പിക്കാൻ പറ്റുമോ എന്ന് പരിശോധിക്കുകയാണ് ദൈവം! സമ്മർ വന്നാൽ നിങ്ങൾ വസ്ത്ര വിരോധികളല്ലേ. അതുകൊണ്ട് ഇപ്പോഴെങ്കിലും ശരീരം മറക്കുംവിധം വസ്ത്രം ധരിക്കാൻ നിങ്ങളെ പഠിപ്പിക്കുകയാണ് ദൈവം!

പടച്ചോന്റെ ഓരോ കളികള്!

ഖാദർഭായിക്ക് കാതറീനോട് അങ്ങനെ പറയാം. കുഴപ്പമില്ല. പക്ഷെ മറ്റ് അമേരിക്കക്കാരോട് പറയാൻ ഖാദർഭായി ധൈര്യപ്പെടില്ല. ഖാദർഭായി എന്നല്ല, ആരും. കാരണം ഈ തമാശ അമേരിക്കക്കാർ സമ്മതിച്ചേതരാനിടയില്ല. വാസ്തവത്തിൽ സംഗതികൾ ഇതിൽ പറഞ്ഞതുപോലെയല്ല. സൺബാത്ത് നടത്തുന്നവരെ കണ്ടിട്ട് അതാണ് അമേരിക്കക്കാരുടെ വസ്ത്രധാരണരീതി എന്ന് കരുതുന്നത് വിഡ്ഢിത്തമല്ലേ !

11. ടെസ്സിന്റെ പച്ചമുടി

ഒടുവിൽ അവ ൾ വാക്കുപാലിച്ചു. സെയിന്റ് ബാൽഡ്രിക്സ് ഡേയി ൽ അവൾ അവളുടെ സുന്ദരമായ മുടി മുറിച്ചു. ഇപ്പോൾ നല്ല മൊട്ടസൂപ്പി ആയി.

പച്ചമുടിയാണ് ടെസ്സിന്. സെയിന്റ് റോസ് കോളജിലെ സ്റ്റുഡന്റ് അഡ്വൈസർ ആയ കൊളീൻ ഫ്ലിൻ തപാലിയയുടെ മകളാണ് ടെസ്. ആരും കണ്ടാൽ നോക്കി നിന്നു പോകുന്ന മനോഹരമായ മുടിയുണ്ട് ടെസിന്. പച്ചയും നീലയും കലർന്ന നിറമാണ് അവളുടെ മുടിക്ക്. അപൂർവ്വമാണത്. കണ്ടാൽ നിറം പൂശിയതാണെന്നേ തോന്നൂ. തന്റെ സുന്ദരമായ മുടിയിൽ അവൾ ഏറെ അഭിമാനിച്ചിരുന്നു. അവൾ അത് മുറിച്ച് മൊട്ടയായി നടക്കുമെന്ന് ആരും കരുതിയിരുന്നില്ല. ടെസ് പോലും,കുട്ടികളിലെ കാൻസർ നിർമാർജനം ചെയ്യുന്നതിനു വേണ്ടിയുള്ള ഒരു ക്യാമ്പയിനിൽ പങ്കെടുക്കുന്നതുവരെ.

കാൻസർ ബാധിതരായ കുട്ടികൾക്ക് ഐക്യദാർഢ്യം പ്രഖ്യാപിച്ച് തലമുണ്ഡനം ചെയ്യുന്ന ടെസ്

ആ ക്യാമ്പിൽ ആദ്യാവസാനം നിറഞ്ഞു നിന്ന ടെസ് ക്യാമ്പ് അവസാനിക്കുമ്പോഴേക്കും ഒരു ഉറച്ച തീരുമാനത്തിലെത്തി. കാൻസർ ബാധിച്ച കുട്ടികളോട് വൈകാരിക ഐക്യദാർഢ്യം പ്രഖ്യാപിച്ചുകൊണ്ടുള്ള സാമ്പത്തിക സമാഹരണ പരിപാടിയിൽ തന്റെ മുടി മുറിച്ച് നൽകും. അതായിരുന്നു അവളുടെ തീരുമാനം. ഫാദർ ക്രിസ് ഉൾപ്പെടെ നിരവധി പേർ അവൾക്കൊപ്പം ചേർന്നുകൊണ്ട് മുടി ദാനം ചെയ്തു. അവളുടെ അമ്മ കൊലീൻ തപലിയ അവളുടെ തീരുമാനങ്ങൾക്ക് കൂട്ടായി അവളുടെ ഒപ്പം ഉണ്ടായിരുന്നു.

സെയിന്റ് ബാൾഡ്രിക്ക് ഫൗണ്ടേഷൻ പ്രധാനമായും ചെയ്യുന്നത് കുട്ടികാലിലെ കാൻസർ നിർമാർജനം ചെയ്യുന്നതിനുവേണ്ടിയുള്ള ഗവേഷണ പ്രവർത്തനങ്ങൾക്ക് ആവശ്യമായ സാമ്പത്തിക സഹായം നൽകുക എന്നതാണ്. മുടി മുറിച്ച് വിൽപന നടത്തുവാൻ തയ്യാറുള്ള വരിൽ നിന്ന് ലഭിക്കുന്ന തുകയാണ് പ്രധാന വരുമാനം. ഇതിനായി 'തലമൊട്ടയടിക്കൽ പരിപാടികൾ' ധാരാളമായി നടത്തുന്നുണ്ട്. കാൻസർ ചികിത്സയുടെ ഭാഗമായുള്ള കീമോ തെറാപ്പി ചെയ്യുന്ന കുട്ടികളുടെ മുടി കൊഴിഞ്ഞു പോകുമ്പോൾ അവരെ വൈകാരികമായി പിന്താങ്ങിക്കൊണ്ട് മറ്റുള്ളവരും മുടി ഷേവ് ചെയ്യുകയും അങ്ങനെ കിട്ടുന്ന തുക ഫൗണ്ടേഷന് സംഭാവന ചെയ്യുന്നു. ഒപ്പം തങ്ങളാൽ കഴിയുന്ന മറ്റ് സാമ്പത്തിക സഹായം നൽകുകയും ചെയ്യുന്നു. ഇതിനായി ഇരുന്നൂറു ഡോളർ ശേഖരിക്കുകയായിരുന്നു ടെസ്സിന്റെ ലക്ഷ്യം. അവൾ അത് എളുപ്പത്തിൽ കണ്ടെത്തി. സെയിന്റ് റോസ് കോളജിലെ സുഹൃത്തു ക്കളുടെ അകമഴിഞ്ഞ പിന്തുണയിലൂടെ. ടെസ്സിൻറെ അമ്മ കൊല്ലീൻ

എന്നെ ക്ഷണിച്ചിരുന്നു, ടെസ്സിൻറെ head-shaving eventലേക്ക്. പക്ഷെ കോളജ്ലെ മറ്റൊരു പരിപാടിയിൽ - a meeting with Karen Hitchcock- പങ്കെടുക്കേണ്ടി വന്നതിനാൽ എനിക്ക് അതിന് സാധിച്ചിരുന്നില്ല.

ടെസിനോടും കുടുംബത്തോടുമൊപ്പം

അമേരിക്കയിൽ ഇത്തരം സംഗതികൾ ധാരാളമായി നടക്കുന്നുണ്ട്. ഇങ്ങ് കേരളത്തിലും ഇപ്പോൾ ചെറിയ രീതിയിലെങ്കിലും ഉണ്ട്. മൊട്ടയടിക്കുന്നതിന് പകരം മുടി മുറിച്ച് നൽകുന്ന രീതിയാണ് കൂടുതലും. കുറച്ച് കാലം മുൻപ് ഡബിങ്ങ് ആർട്ടിസ്റ്റ് ഭാഗ്യലക്ഷ്മി ഇത്തരമൊരു ക്യാമ്പയിനിൻറെ ഭാഗമാകുന്നുവെന്ന് പ്രഖ്യാപിക്കുകയുണ്ടായി. ഇതിന് അനുകൂലമായും പ്രതികൂലമായും ധാരാളം വാദപ്രതിവാദങ്ങളും വിവാദങ്ങളും അരങ്ങേറി. ഒരു നല്ല ഉദ്യമത്തെ നാശോന്മുഖമാക്കി എന്നല്ലാതെ അതുകൊണ്ട് വലിയ പ്രയോജനമൊന്നുമുണ്ടായില്ല എന്നതാണ് സത്യം. വിവാദവ്യവസായത്തിന് ഇവിടെ പഞ്ഞമില്ലല്ലോ.

12. പ്രൊഫെസർ ഡ്രൈവർ

ഒരു ഇന്റർനാഷണൽ സെമിനാറിൽ പങ്കെടുക്കുവാൻ വേണ്ടിയാണ് ഞാൻ ഉൾപ്പെടുന്ന പതിനെട്ടംഗസംഘം ആൽബനിയിൽ നിന്ന് സൈറാക്യൂസിലേക്ക് പുറപ്പെട്ടത്. സെയിന്റ് റോസ് കോളജിന്റെ സ്വന്തം ബസിലാണ് യാത്ര. പതിനാറ് ഐ എൽ ഇ പി പ്രതിനിധികളും രണ്ട് സെയിന്റ് റോസ് പ്രൊഫസർമാരും അടങ്ങുന്ന പതിനെട്ടംഗ സംഘം പുലർച്ചെ ആറ് മണിക്ക് ആൽബനിയിൽ നിന്നും പുറപ്പെട്ടു. ആറ് മണി എന്ന് പറഞ്ഞാൽ 5.55 ന് എത്തണം. അതാണ് രീതി. തലേന്ന് രാത്രിയിലെ പാർട്ടിയുടെ (ഏത് പാർട്ടി എന്ത് പാർട്ടി എന്നൊന്നും ചോദിക്കണ്ട. എല്ലാ ദിവസവും പാർട്ടി തന്നെ) ക്ഷീണത്തിൽ മതിമറന്ന് ഉറങ്ങിപ്പോയവർപോലും കൃത്യ സമയത്തു തന്നെ എത്തും.

ആൽബനിയിൽ നിന്ന് സൈറാക്യൂസിലേക്ക് ചുരുങ്ങിയത് മൂന്നര മണിക്കൂർ ഡ്രൈവുണ്ട്. ഇത്രയും ദൂരം ഡ്രൈവ് ചെയ്യാൻ പക്ഷെ പ്രത്യേക ഡ്രൈവർമാരെയൊന്നും കോളജ് ഞങ്ങൾക്ക് അനുവദിച്ചു തന്നിട്ടില്ല. അപ്പോൾ പിന്നെ ആര് ഡ്രൈവ് ചെയ്യും? അതൊരു വിഷയമല്ല! സാധാരണയായി ഇത്തരം സന്ദർഭങ്ങളിൽ സംഘത്തെ നയിക്കുന്ന പ്രൊഫസർമാർ തന്നെയാണ് ഡ്രൈവർമാർ. ആജാ എലീനും മാർക്കുമാണ് ഞങ്ങളോടൊപ്പമുള്ള പ്രൊഫസർമാർ. ഗംഭീരമായ ഉയരവും തടിയുമുള്ള ശ്രീമതി ആജാ മികച്ച ഒരു ഡ്രൈവർ കൂടിയാണ്. ആജായാണ് ഞങ്ങളെ സുരക്ഷിതമായി സൈറാക്യൂസിൽ എത്തിച്ചത്. പ്രൊഫസർമാർ ഡ്രൈവറുടെ ജോലി ഏറ്റെടുക്കുന്നത് അമേരിക്കയിൽ സർവ്വസാധാരണമാണ്. എന്നല്ല (അവശ്യഘട്ടത്തിലും അല്ലെങ്കിലും) എത് ജോലിയും ഏറ്റെടുക്കാൻ ഇവിടത്തുകാർക്ക് ഒരു പ്രയാസവുമില്ല. ജോലിയുടെ വലിപ്പച്ചെറുപ്പം ഇവർക്ക് ഒരു പ്രശ്നമല്ല.

അമേരിക്കയിൽ ജോലിയിൽ വലിപ്പചെറുപ്പമില്ല. ഒരിക്കൽ പാറാവുകാരനായി ജോലിചെയ്യുന്ന ഒരു റിട്ടയേർഡ് പ്രിൻസിപ്പാളിനേയും പരിചയപ്പെടാനിടയായി. ഗാന്ധിജിയും ഈശ്വരചന്ദ്രവിദ്യാസാഗറുമൊക്കെ ജോലിയുടെ മഹത്വം (Dignity of Labour) വാതോരാതെ പറഞ്ഞുപഠിപ്പിച്ച നാടാണ് നമ്മുടേത്. ജോലിയിലെ വലിപ്പചെറുപ്പങ്ങൾ എത്രമാത്രം രൂഢമൂലമാണ് നമ്മുടെ മനസിൽ. ഏത് പണിയും ആരും ചെയ്യാൻ തയ്യാറാവണം എന്നൊക്കെ നമ്മൾ പ്രസംഗിക്കും. പുസ്തകങ്ങളിൽ എഴുതിവെക്കും. പ്രവൃത്തിപഥത്തിൽ ഇവയൊന്നും കാണില്ല.

13. അമേരിക്കൻ ശൈത്യം

ശൈത്യം വിരുന്നു വന്നിരിക്കുന്നു. മഞ്ഞിൽ പുതഞ്ഞു പോയി ആൽബനി. ഞങ്ങളുടെ അപ്പാർട്ട്മെന്റിന്റെ മേൽക്കൂരയിൽ നിന്നും ഐസ് ക്രിസ്റ്റലുകൾ താഴേക്ക് വളരുന്നത് കാണാം. പ്രകൃതിയിലെ ഏറ്റവും മനോഹരമായ ഋതുവാണ് ശിശിരം. വസന്തത്തിന്റെ വർണ്ണാഭയും തുടുതുടുപ്പും വേനലിന്റെ വെള്ളിവെളിച്ചവും പ്രഭാപൂരവും കടന്ന് തുമഞ്ഞിൽ പൊതിഞ്ഞ ശുഭ്രവസ്ത്രധാരിണിയായി കടന്നു വരുന്നു. ഇവൾ അന്തർമുഖിയായ പെൺകിടാവിനെ പോലെ. എല്ലാ കവികളും ഏറെ കാല്പനികമായി ശൈത്യത്തെ വരവേല്ക്കുന്നു. പ്രണയം മഞ്ഞിൻ സുതാര്യമായ മണികളുമായി ഹൃദയത്തിലേക്ക് കിനിഞ്ഞിറങ്ങുന്നതും ശൈത്യത്തിലാണല്ലോ. ഭൂമിക്ക് മേൽ വെള്ള കമ്പിളിക്കുപ്പായം വിരിച്ച് ആകാശം തന്റെ പ്രണയിനിയായ ഭൂമിയെ തന്നിലേക്ക് തന്നിലേക്ക് മാത്രം അടുപ്പിച്ചു നിർത്തുന്നതും ഈ മഞ്ഞു കാലത്തല്ലേ.

ഏകാകിയായ മരങ്ങളിലും മേൽക്കൂരകളിലും മഞ്ഞു പെയ്ത് ഒലിച്ചുവീഴുന്നതു കാണുമ്പോൾ ആത്മാക്കൾ തൂങ്ങി നിൽക്കുന്ന പോലെ തോന്നും. ചില ഭാഗങ്ങളിൽ അവ സർവസംഗപരിത്യാഗികളായി കൂപ്പുകൈകളായി നിലകൊള്ളുന്നു.

ഇത് നമ്മുടെ കാവ്യഭാവന. ഇങ്ങനെയൊക്കെ ഭാവന ചെയ്യാൻ നമുക്ക് പറ്റും. പക്ഷെ ശൈത്യമേഖലയിലെ കവികളിൽ നിന്നും ഇങ്ങനെ ഒരു ശിശിര ഭാവന പ്രതീക്ഷിക്കാനാവില്ല

മഞ്ഞ് കഴിച്ചാൽ എന്ത് കിട്ടും?

മഞ്ഞ് കുഴിച്ചാൽ കാറ് കിട്ടും.

മഞ്ഞുകാലത്തെ പുറംകാഴ്ച്ചകൾ കാണുമ്പോൾ പലപ്പോഴും ഈ ഈരടികൾ മനസ്സിൽ ഓടിയെത്തും. മഞ്ഞിൽ പുതഞ്ഞു പോയ കാറുകളെ മഞ്ഞു മാറ്റിയെടുക്കുന്ന കാഴ്ച്ച എവിടെയും കാണാം. ഒരുപാട് കാറുകൾക്കിടയിൽ നിന്ന് സ്വന്തം കാർ കണ്ടെത്തുക ശ്രമകരം തന്നെ. കുറേ മഞ്ഞ് മാറ്റി കഴിയുമ്പോഴാണ് അത് സ്വന്തം കാറല്ല എന്ന് മനസ്സിലാവുക. ആദ്യം നമ്പർ പ്ലേറ്റ് നോക്കുക എന്നതും ശ്രമകരം തന്നെ. മഞ്ഞുവീഴ്ച കനത്തതു കാരണം സ്കൂളുകൾക്കും കോളേജുകൾക്കും അവധി പ്രഖ്യാപിച്ചിരിക്കുന്നു. കേരളത്തിലെ വൃശ്ചിക പുലരി ഓർമ്മ വരുന്നു.

വീശിയടിക്കുന്ന കാറ്റിൽ ഉലയുന്ന ശിഖരങ്ങളും കാറ്റിൽ പെട്ട് ദിക്കറിയാതുഴറുന്ന പക്ഷികളും പുലർകാലത്തെ കുളിരും മകരത്തിലെ മനം മയക്കുന്ന കാറ്റും മദിപ്പിക്കുന്ന ഗന്ധവും.

"മഞ്ഞുകാല സായാഹ്നത്തിൽ

ജാലകച്ചില്ലുകളിൽ

തണുത്ത കാറ്റ് ചീറ്റിയടിക്കുമ്പോൾ

ഞാൻ ലജ്ജയില്ലാതെ

നിന്റെ ശരീരത്തെ സ്നേഹിച്ചു" -എന്ന് മാധവിക്കുട്ടി എഴുതി

തണുപ്പുകാലത്ത് പാശ്ചാത്യർ അപൂർവമായി മാത്രം പുറത്തിറങ്ങുന്നതിനാൽ അവരുടെ കുടുംബബന്ധങ്ങൾ കൂടുതൽ ഊഷ്മളമായിരിക്കും എന്ന് ഒരു അമേരിക്കൻ സുഹൃത്തിനോട് പറഞ്ഞപ്പോൾ അവൾ വലിയ വായിൽ ചിരിച്ചുകൊണ്ട് പറഞ്ഞു. "രണ്ടും തെറ്റാണ് സുഹൃത്തേ. വേനലും തണുപ്പും ഞങ്ങളുടെ ജോലിയെ വലുതായി സ്വാധീനിക്കുന്നില്ല. തണുപ്പുകാലത്തും ഞങ്ങൾ പതിവുപോലെ ജോലിക്കുപോകും. ചില സ്ഥാപനങ്ങൾ ചില ഇളവുകൾ നൽകാറുണ്ടെങ്കിലും....."

സാധാരണയായി ആൽബനിയിൽ ശൈത്യം ഡിസംബറിൽ തുടങ്ങുന്നു. ഏകദേശം മൂന്നുമാസത്തോളം ശൈത്യകാലം നീണ്ടു നിൽക്കും.

ശൈത്യകാലം: 105 ദിവസം, വസന്തകാലം: 66 ദിവസം, വേനൽകാലം: 124 ദിവസം, ശരത്കാലം: 70 ദിവസം

ഇതാണ് കാലാവസ്ഥയുടെ ഒരു വർഷത്തെ ഏകദേശ കണക്ക് . ഇത് ഓരോ വർഷവും ചെറിയതോതിൽ ഏറിയും കുറഞ്ഞും ഇരിക്കും. കാലാവസ്ഥയുടെ കാര്യത്തിൽ വളരെ ശ്രദ്ധാലുവാണ് ഓരോ അമേരിക്കക്കാരനും. കാലാവസ്ഥ പ്രവചനം എന്തുപറയുന്നു എന്ന് നോക്കയിട്ടേ സാധാരണ ആളുകൾ രാവിലെ പുറത്തിറങ്ങാറുള്ളൂ. ദിനചര്യയുടെ ഭാഗമാണ് പലർക്കുമത്. പ്രത്യേകിച്ച് ശൈത്യം വിരുന്നുവരും കാലത്ത്.

ആൽബനിയിൽ അന്ന് ആദ്യമായി മഴ പെയ്തു. മഞ്ഞ് മൂടി നിസംഗയായ പ്രകൃതിയെ ആകെയൊന്നുലച്ചുകൊണ്ട് ആർത്തിരമ്പി പെയ്ത മഴ. വെള്ളി വെളിച്ചവും പ്രകമ്പനവുമായി മിന്നൽ. മഞ്ഞിൽ പുതഞ്ഞുപോയ മരങ്ങളെല്ലാം മഴയിൽ ഒന്ന് പുനർജീവിച്ച പോലെ.

14. മലിമ ചുസുമോ

പ്രകൃതിയോട് അതിലെ ജീവജാലങ്ങളോട്, ഒട്ടുമേ ജീവനില്ലാത്ത അചേതന വസ്തുക്കളോട് സംസാരിച്ചിട്ടുണ്ടോ സംസാരിക്കാറുണ്ടോ നിങ്ങൾ? പ്രകൃതിയുമായൊരു താദാത്മ്യം ജീവിതത്തിൽ ഉടനീളം സംഭവിക്കേണ്ട ഒന്നാണ്.

ടാൻസാനിയൻ സുഹൃത്ത് മലിമ ചുസുമോ വാട്ടർ ടാപ്പിനോട് ഉറക്കെ സംസാരിക്കുന്നതും അതിനെ ശകാരിക്കുന്നതും കേട്ടുകൊണ്ടാണ് പലപ്പോഴും ഞങ്ങളുടെ അപ്പാർട്ട്മെന്റ് മിക്ക ദിവസങ്ങളിലും ഉണരുന്നത്. വെള്ളത്തിന്റെ ചൂട് - തണുപ്പ് ക്രീകരിക്കുക എന്നത് ശ്രമകരമായ ജോലിയാണ്. ചൂടുവെള്ളത്തിനും തണുത്ത വെള്ളത്തിനും വേറെ വേറെ വാട്ടർ ടാപ്പുകൾ. ഇവയിൽ നിന്നും വെള്ളം നമുക്കനുയോജ്യമായ താപനിലയിൽ ശേഖരിക്കുക എന്നത് അത്ര ശ്രമകരമായ പണിയൊന്നുമല്ല. പക്ഷെ മലീമയ്ക്ക് അത് അങ്ങനെയല്ല. താൻ വിചാരിക്കുന്നത്ര

ചൂടിൽ തന്നെ ചൂടുവെള്ളം വന്നില്ലെങ്കിൽ മലിമ അതിനോട് ചൂടാവും. തന്റെ മാതൃഭാഷയായ സ്വഹേലിയിൽ ശകാരവർഷം തുടങ്ങും. വാട്ടർ ഹീറ്ററുകൾ സാർവ്വത്രികമല്ല ടാൻസാനിയയിൽ. ചൂട് കൂടിയ രാജ്യത്ത് അത് അത്ര അത്യാവശ്യമല്ലെന്ന് മലീമ. അതിസമ്പന്നർ മാത്രം അത് ഉപയോഗിക്കും. മലിമ വാട്ടർടാപ്പിനോട് സംസാരിക്കുന്നത് കേട്ടപ്പോൾ അമ്മ കാക്കയോടും പൂച്ചയോടും സംസാരിക്കുന്നത് ഓർമ്മ വന്നു. നാട്ടിൻപുറത്തെ മിക്ക ആളുകളും ഇങ്ങനെ തന്നെ. ജീവനില്ലാത്തവയും ഉള്ളവയുമൊക്കെ സ്വന്തം കൂടപ്പിറപ്പുകൾ. അവർ അവരോട് മിണ്ടും ചൊടിക്കും ചീത്ത പറയും.

കാളിദാസൻ തന്റെ കൃതികളിലൂടെ മേഘത്തിനോടും മുല്ലയോടും തേന്മാവിനോടും സംസാരിച്ചു. അവയെയെല്ലാം സുഹൃത്തുക്കളായി കണ്ടു. എന്തിന് ബഷീർ തന്റെ കഥാപാത്രങ്ങളെയെല്ലാം ഭൂമിയിലെ സർവചരാചരങ്ങളുമായി കോർത്തിണക്കി. അവരെയൊക്കെ മനുഷ്യകുലത്തിന്റെ മിത്രങ്ങളാക്കി. അങ്ങനെയല്ലേ കെട്ട്യോള് കുരുവിയും കെട്ട്യോൻ കുരുവിയുമൊക്കെ ഉണ്ടായത്. പ്രസിദ്ധ പോപ് ഗായിക മഡോണയുടെ material world എന്ന പാട്ട് എവിടെ നിന്നോ ഉയർന്നു കേൾക്കുന്നു. യാന്ത്രിക ലോകത്തിന്റെ പാരുഷ്യം അതിൽ മുഴക്കത്തോടെ ഉണ്ട്. വള്ളത്തോളിന്റെ ലോകമേ തറവാട് തനിക്കീ ച്ചെടികളും പുൽകളും പുഴുക്കളും എന്ന വരി ഓർമ്മ വന്നു.

എന്തിനി നീ എന്റെ കാക്കേ കരയ്ന്ന് എന്ന് ഇപ്പോഴും നാട്ടിൻപുറത്തുകാർ കാക്കയോട് ചോദിക്കുന്നുണ്ടാവും. ലോകം എത്ര മാറിയാലും ശാസ്ത്രം എത്ര പുരോഗമിച്ചാലും പ്രകൃതിയോടുള്ള മനുഷ്യന്റെ ബന്ധം പൂർവാശ്രമ പിൻതുടർച്ചപോലെ തുടരും. പ്രകൃതിയും മനുഷ്യനും ചേർന്നൊരുക്കുന്ന വിശ്വമാനവികത. ഭൗതികവാദം കൊടികുത്തി വാഴുന്ന ഈ കാലത്തും ഈ നൻമകൾ കൈവിടാതിരുന്നാൽ നമുക്ക് നല്ലത്. അത് വരും തലമുറയോട് ചെയ്യുന്ന പുണ്യം.

15. അന്തർദേശീയ സെമിനാർ

സൈറാക്യൂസ് യൂണിവേഴ്സിറ്റിയിൽ നടക്കുന്ന അന്തർദേശീയ സെമിനാറിൽ പങ്കെടുക്കുക എന്നത് ന്യൂയോർക്ക് സെയിന്റ് റോസ് കോളജിലെ ഐ എൽ ഇ പി ഗ്രൂപ്പിന് കിട്ടിയ അപൂർവ്വനേട്ടമായിരുന്നു. ക്ലംസണിലെയോ അരിസോണയിലെയോ ഐ എൽ ഇ പി ഗ്രൂപ്പുകൾക്ക് സൈറക്യൂസ് അന്തർദേശീയ സെമിനാറിൽ പങ്കെടുക്കാൻ അവസരം കിട്ടിയിരുന്നില്ല. ന്യൂയോർക്ക് സംസ്ഥാനത്തിൽപ്പെടുന്ന സ്ഥലം തന്നെയാണെങ്കിലും ആൽബനിയിൽ നിന്നും ഏകദേശം മൂന്നര മണിക്കൂർ ഡ്രൈവുണ്ട് സൈറക്യൂസിൽ എത്താൻ. Of othering and community formation

എന്നതാണ് ഈ അന്തർദേശീയ സെമിനാറിന്റെ പ്രധാന വിഷയം. ഞങ്ങൾ ഇതിന്റെ ഓരോ ഉപവിഷയങ്ങളിലാണ് പേപ്പർ അവതരിപ്പിച്ചത്. വളരെ നേരത്തേ തന്നെ ഞങ്ങൾ തയ്യാറെടുപ്പ് തുടങ്ങിയിരുന്നു. Conf erence on Equity and Social Justice എന്നാണ് ഈ അന്തർദേശീയ സെമിനാറിന് നാമകരണം ചെയ്തിരിക്കുന്നത്. Social Justice Education Out of Bounds എന്നതായിരുന്നു ഇതിന്റെ മുദ്രാവാക്യം. തലേന്ന് തന്നെ ഞങ്ങൾ അവിടെ എത്തിച്ചേർന്നു.

16. ബിയർ മഹാത്മ്യം

ബിയർ ആരാധകന്മാർ കേട്ടോള്ളൂ. സൈറാക്യൂസിലെ ഫാഗൻസ് ഹോട്ടലിൽ ബിയറിനുമാത്രമായി പ്രത്യേക സെക്ഷൻ ഉണ്ട്. ഏകദേശം മുപ്പതോളം ബിയർ വെറൈറ്റികൾ ഇവിടെ കിട്ടും. എല്ലാം പല രുചിയിൽ ഉള്ളവ. വേറൊരു പ്രത്യേകത ഇവ നിങ്ങൾക്ക് ഫോണിലോ ഓൺലൈനിലോ ഓർഡർ ചെയ്യാം. പറയുന്നിടത്ത് എത്തിക്കും. ഒരു പിടുത്തം പിടിക്കുന്നോ ?

ബിയർ ലോകത്തിലെ ഏറ്റവും പഴക്കംചെന്നവയിൽ ഒന്നും, വ്യാപകമായി ഉപയോഗിക്കുന്നതും, പ്രചാരത്തിലുള്ളതുമായ ഒരു മദ്യപാനീയം ആണ്. വെള്ളവും ചായയും കഴിഞ്ഞാൽ, ജനപ്രീതിയിൽ മൂന്നാം സ്ഥാനത്തുള്ള പാനീയം.

ബിയർ ഉപയോഗം വ്യാപകമായപ്പോൾ രാജ്യതാൽപ്പര്യങ്ങൾക്ക് എതിരായപ്പോൾ ഒരിക്കൽ അമേരിക്കൻ സർക്കാർ മദ്യം നിരോധിക്കാൻ ഉത്തരവിട്ടിരുന്നു. വൻ പ്രതിഷേധം ഇതിനെതിരായി ഉണ്ടായി. പോലീസ് നിയമപാലനത്തിന് രംഗത്തെത്തി. മദ്യപിക്കുന്നവരെയും മദ്യം വിൽക്കുന്നവരെയും തടവിലിടാൻ തുടങ്ങി. നിയമം നടപ്പിലാക്കാൻ മില്ല്യൺ കണക്കിന് ഡോളറുകളും ചെലവഴിച്ചു. പതിനായിരക്കണക്കിന് മദ്യപന്മാരെ കൊണ്ട് അമേരിക്കൻ ജയിലുകൾ നിറഞ്ഞു. പതിനായിരകണക്കിന് ആളുകൾ നിയമപാലനത്തിന്റെ പേരിൽ കൊല്ലപ്പെട്ടു. എന്നിട്ടും ജനങ്ങൾ കുടി നിർത്തിയില്ല. ഒടുവിൽ നാല് വർഷങ്ങൾക്കു ശേഷം ശക്തമായ ഭരണസംവിധാനമുള്ള അമേരിക്കൻ ഭരണകൂടം മദ്യപന്മാർക്ക് മുമ്പിൽ മുട്ടുകുത്തി. ബിൽ പിൻവലിച്ചു. അമേരിക്കയിൽ വീണ്ടും മദ്യം അനുവദിക്കപ്പെട്ടു. അമേരിക്കയിലെ ബിയർ കച്ചവടക്കാർ വിരുതൻമാരാണ്. ചില സാമ്പിളുകൾ നോക്കൂ.

'കാളി മാ' എന്ന പേരിൽ ബിയർ പുറത്തിറക്കിയിരുന്നു, ഒരു അമേരിക്കൻ കമ്പനി. ബേൺസൈഡ് ബ്രൂവിംഗ് എന്ന അമേരിക്കൻ കമ്പനിയാണ് ഇങ്ങനെയൊരു കുസൃതി കാണിച്ചത്. വിവാദമാക്കി പേരെടുക്കുക എന്ന തന്ത്രം പയറ്റിനോക്കിയതാണ്. പക്ഷെ നടപടി യ്ക്കെതിരെ വ്യാപക പ്രതിഷേധമുയർന്നു. ഇന്ത്യയ്ക്കകത്തും പുറത്തും വ്യാപകമായ പ്രതിഷേധം ഉയർന്ന സാഹചര്യത്തിൽ മാപ്പുപറഞ്ഞ് തലയൂരുകയിരുന്നു, കമ്പനി അധികൃതർ.

മറ്റൊരു അമേരിക്കൻ ബിയർ നിർമാതാക്കളായ ആൻഹെ യ്സർ-ബുഷ് അവരുടെ പ്രമുഖ ബ്രാൻഡായ "ബഡ്വൈസർ" ചൊവ്വ യിലെത്തിക്കാനുള്ള തയ്യാറെടുപ്പിലായിരുന്നു അന്ന്. സർക്കാർ നല്ല പ്രോത്സാഹനവുമായി ഒപ്പമുണ്ട്. ബഡ്വൈസർ പുതിയ കണ്ടെത്ത ലുകൾക്ക് ഇടം നൽകുന്നെന്നും തീരുമാനത്തിൽനിന്നും പ്രചോദനം ഉൾക്കൊള്ളുന്നുവെന്നും കമ്പനിയുടെ അന്നത്തെ വൈസ് പ്രസിഡന്റ് റിക്കാർഡോ മാർക്ക്വസ് പറഞ്ഞു. ചുവന്ന ഗ്രഹത്തിൽ ബിയർ എത്തി ക്കാൻ ലഭിക്കുന്ന ഈ അവസരത്തിൽ ഏറെ ആഹ്ലാദിക്കുന്നുണ്ടെന്നും അദ്ദേഹം പറഞ്ഞു. ബഡ്വൈസർ ബിയറിന്റെ പ്രധാന ചേരുവയായ ബാർലി വിത്തുകളെ ബഹിരാകാശത്തേക്ക് അയക്കാൻ കമ്പനി തയാ റെടുക്കുന്നതായി അന്ന് വാർത്തകൾ ഉണ്ടായിരുന്നു.

അമേരിക്കൻ ബിയർ കമ്പനികൾ കാളിയേയും ചൊവ്വയേയും മാത്രമല്ല മഹാത്മ ഗാന്ധിയേയും വെറുതെ വീട്ടിരുന്നില്ല . ഗാന്ധിജിയുടെ ചിത്രം ഉപയോഗിച്ച് ബിയർ വിൽപ്പന വർധിപ്പിക്കാൻ ശ്രമിച്ച അമേരിക്കൻ കമ്പനി സംഗതി വിവാദമായപ്പോൾ മാപ്പ് പറഞ്ഞ് തടിയൂരി. രാഷ്ട്രപിതാവിനെ അപമാനിച്ചതിൽ കമ്പനിക്കെതിരെ ഹൈദരബാദ് കോടതിയിൽ കേസ് ഫയൽ ചെയ്യപ്പെട്ടതിന് പിന്നാലെയാണ് ബിയർ നിർമാതാക്കളായ ന്യൂ ഇംഗ്ലണ്ട് ബ്രൂയിംങ് കമ്പനിയുടെ പിന്മാറ്റം. ഗാന്ധി ബൊട്ട് എന്ന പേരിലായിരുന്ന ബിയർ ഇറക്കിയിരുന്നത്. ബിയർ കാനിന്റെമേൽ ഗാന്ധിയുടെ വികലമായ ചിത്രവും കമ്പനി ആലേഖനം ചെയ്തിരുന്നു.

എന്നാൽ ഗാന്ധിജിയുടെ ചിത്രം പതിച്ച് കൊണ്ട് ബിയർ പുറത്തിറക്കുന്നതിൽ അദ്ദേഹത്തിന്റെ പേരമക്കളുടെ പിന്തുണ ഉണ്ടായിരുന്നുവെന്നും ആദര സൂചകമായാണ് ഗാന്ധിജിയുടെ ചിത്രം ഉപയോഗിച്ചത് എന്നും ആയിരുന്നു കമ്പനി അധികൃതരുടെ വാദം.

17. ഹിപ്പ്ഹോപ് സംഗീതം

1970 കളിൽ അമേരിക്കയിൽ രൂപപ്പെട്ട സംഗീതരൂപമാണ് ഹിപ്ഹോപ് മ്യൂസിക്. ഇന്ന് ഏറെ പ്രചാരമുള്ള റാപ് എന്ന സംഗീതരൂപം തന്നെയാണിത്. ഈ ഗണത്തിൽ പെടുന്ന ഹിപ് ഹോപ് സൈക്കോളജി എന്ന് പേരിട്ട ഒരു ദൃശ്യ സംഗീതാവതരണം കാണുവാനിടയായി. സൈറക്യൂസ് സർവ്വകലാശാലയിൽ നടന്ന അന്തർദേശീയ സെമിനാറിന്റെ ഭാഗമായാണ് ഇത് ഒരുക്കിയിരുന്നത്.

താളാത്മകമായി വാക്കുകൾ കോർത്തിണക്കി ആലാപനവും (singing)പറയലും (speaking) ഇടകലർത്തിയുള്ള സംഗീതരൂപ മാണ് റാപ്പ്. ഗിറ്റാർ, ഡ്രംസ്, സിന്തസൈസർ, വയലിൻ എന്നീ സംഗീത ഉപകരണങ്ങൾ ഇതിനായി പ്രയോജനപ്പെടുത്താറുണ്ട്. ആഫ്രിക്കൻ സംഗീതത്തിൽ നിന്നാണ് റാപ്പിന്റെ തുടക്കം എന്നുപറയാം. ആഫ്രോ അമേരിക്കൻ വംശജരാണ് ഇതിന് ഏറെ പ്രചാരം നൽകിയത്.

മൂന്നുപേർ മാത്രമടങ്ങുന്ന ഒരു ചെറു സംഘമാണ് സൈറക്യൂസിൽ ഹിപ് ഹോപ് സൈക്കോളജിയുടെ അവതരണം നടത്തിയത്. ഏകദേശം ഒന്നേകാൽ മണിക്കൂറോളം നീണ്ടുനിന്ന അവതരണം പരുക്കൻ യാഥാർത്ഥ്യങ്ങളിൽ നീറ്റിയെടുത്ത രൂക്ഷമായ സാമൂഹ്യ വിമർശനം ഉൾക്കൊള്ളുന്നതായിരുന്നു.

ആലാപന വേഗത, മനോധർമ്മം, alliteration, assonance, rhyme scheme തുടങ്ങിയവയാണ് റാപ്പിനെ ഹൃദ്യമായ അനുഭവ മാക്കുന്നത്. നൃത്തത്തിന്റെ അകമ്പടിയോടെയാണ് ഹിപ് ഹോപ് സൈക്കോളജി പെർഫോമൻസ് അരങ്ങേറിയത്. കഥകളും കവിതകളും (രണ്ടും ചേർന്നോ) സംഗീത ഉപകരണങ്ങളുടെ സഹായത്തോടെ താളാത്മകമായി പൊതുവേദിയിൽ അവതരിപ്പിക്കുന്ന രീതിയിൽ

നിന്നാണ് ഹിപ് ഹോപ് സംഗീതം ഉടലെടുത്തത് എന്ന് പറയപ്പെടുന്നു.

നമ്മുടെ ചാക്യാർകൂത്ത്, തുള്ളൽ തുടങ്ങിയ കലാരൂപങ്ങളുടെ പശ്ചാത്യരൂപമായി ഹിപ് ഹോപ് അവതരണത്തെ കാണാമെന്ന് തോന്നുന്നു. മിഴാവും ഇലത്താളവും ഉപയോഗിച്ച് ചാക്യാർകൂത്ത് അവതരിപ്പിക്കുമ്പോൾ സാമൂഹ്യവിമർശനം അതിന്റെ ജീവവായുവായി ഒപ്പമുണ്ടല്ലോ. അമേരിക്കയിലെ വർണവിവേചനവും സാമ്പത്തിക സാമൂഹ്യ അസമത്വവും ഹിപ് ഹോപ് സംഗീതത്തിൽ വിഷയമാവുന്നുണ്ട്. നിറത്തിന്റെ അടിസ്ഥാനത്തിൽ ജനങ്ങളെ വേർതിരിച്ചു കാണുന്നരീതിയെ ശക്തമായ ഭാഷയിൽ എതിർക്കുന്ന അവതരണങ്ങളായിരുന്നു സൈറക്യൂസ് ഹിപ് ഹോപ് സംഗീതത്തിൽ മികച്ചുനിന്നത്.

18. അമേരിക്കയിലെ ആകാശമുട്ടായി

"എന്നെ മറന്നുവോ എന്ന് നാട് ചോദിക്കുന്നു.

എന്നെ മറന്നുവോ എന്ന് പ്രവാസി തിരിച്ച് ചോദിക്കുന്നു".

അമേരിക്കയിൽ സ്ഥിരതാമസമാക്കിയ എല്ലാ മലയാളികളുടേയും മനസിലൂടെ ഒരു പ്രാവശ്യമെങ്കിലും ഈ ചിന്ത കടന്നുപോകാതിരിക്കില്ല. ഏതു വിദേശത്തുപോന്നു വസിച്ചാലും ഏകാന്തപുത്രനാം കേരളീയൻ എന്ന് വള്ളത്തോൾ പാടിയത് പ്രവാസിയുടെ മനസ്സറിഞ്ഞുതന്നെ. ഏകാന്തത നന്നായി അറിയുന്നുണ്ട് പ്രവാസി. തിരക്കുകൾക്ക് ഒട്ടും ക്ഷാമമില്ല. ഒപ്പം ഒറ്റപ്പെടലുകളുടെ നിമിഷങ്ങളും. വിരുദ്ധങ്ങളായ രണ്ടു കാര്യങ്ങളാണ് തിരക്കും ഏകാന്തതയും. പക്ഷെ പ്രവാസിക്ക് ഇവ ഒരു നാണയത്തിന്റെ ഇരുവശങ്ങൾ പോലെയാണ് അനുഭവപ്പെടുക. ഏകാന്തതയ്ക്ക് നിങ്ങൾ സ്ഥാനപരമായി സ്ഥലപരമായി ഒറ്റയ്ക്കാവണ മെന്നില്ല. ഏത് തിരിക്കിലും എത് ആൾക്കൂട്ടത്തിലും ഏത് സമയത്തും ഏത് അസമയത്തും ഏകാന്തത നിങ്ങളിലേക്ക് ഇരമ്പിയെത്താം. അപ്പോൾ നിങ്ങൾ അമ്മയെ ഓർക്കും. നാടിനെ ഓർക്കും. കൂട്ടിനെ ഓർക്കും.അമേരിക്കയിൽ സ്ഥിരതാമസമാക്കിയ ഒരു മലയാളികുടുംബത്തെ പരിചയപ്പെടാം. ജോർജ്ജും സാറാമ്മയും. വർഷങ്ങളായി ഇവർ അമേരിക്കയിലാണ്. അപൂർവ്വമായേ നാട്ടിലേക്ക് വരാറുള്ളൂ. ആഗ്രഹമില്ലാഞ്ഞിട്ടല്ല. പറ്റുന്നില്ല. തിരുവല്ലക്കാരൻ ആണ് ജോർജ്. സാറാമ്മ എടത്വക്കാരിയും. കുഞ്ഞുമോളെ എന്നാണു തന്നെ നാട്ടിൽ വിളിക്കുന്നതെന്ന് സാറാമ്മ. അത് പറയുമ്പോൾ അവരുടെ കണ്ണുകളിൽ ഒരു വെളിച്ചം വന്നുനിറയും. ആ വെളിച്ചത്തിൽ തിളങ്ങിനിൽപ്പുണ്ട് സാറാമ്മയുടെ നാട്, വീട്, നാട്ടുകാർ, കൂട്ടുകാർ...

ഇപ്പോൾ നാട്ടിൽ ഇവർക്ക് സ്വന്തമായി വീടോ സ്ഥലമോ ഇല്ല. കുറേ കാലം വീടും പറമ്പും അനാഥമായി കിടന്നു. വലിയ വീട് നാശോൻമുഖമായി. വീട്ടുവളപ്പിലെ പച്ചപ്പ് ഉണങ്ങിക്കരിഞ്ഞു. നാട്ടിൽ വരുമ്പോൾ ഈ കാഴ്ച കണ്ടുനിൽക്കാൻ വയ്യെന്നായി. ഒടുവിൽ ഹൃദയവേദനയോടെ ആ തീരുമാനമെടുത്തു. വീടും സ്ഥലവുമൊക്കെ വിറ്റു. കഴിഞ്ഞ നവംബറിൽ കേരളത്തിൽ വന്നപ്പോൾ താമസിച്ചത് ഒരു റിസോർട്ടിൽ. അഞ്ചുപെൺമക്കളാണിവർക്ക് . അഞ്ചുപേരും വിവാഹം കഴിച്ച് അമേരിക്കയിലെ വിവിധ ഭാഗങ്ങളിൽ താമസിക്കുന്നു. വിവിധമതത്തിൽപെട്ട, വിവിധ രാജ്യത്തിൽപ്പെട്ട യുവാക്കളെയാണ് ഇവർ വിവാഹം ചെയ്തിരിക്കുന്നത്. അങ്ങനെ അക്ഷരാർത്ഥത്തിൽ വിശ്വപൗരൻമാരായി ജോർജ്ജും സാറാമ്മയും അവരുടെ മക്കളും.

1967ൽ ബഹറിനി ൽ മെയി ൽ നഴ്സ് ആയിജോലി ചെയ്യവേ ആണ് ജോർജ് അമേരിക്കയിൽ അതെ ജോലിക്ക് അപേക്ഷിക്കുന്നതും അത് ലഭിച്ച് അമേരിക്കയിലേക്ക് വരുന്നതും. അതിനു ശേഷം വർഷം പത്ത്നാല്പതു കഴിഞ്ഞു. മേപ്പ്ൾ മരങ്ങൾ പല തവണ ഇലപൊഴിച്ചു തളിർത്തു.

'ഇനി നാട്ടിലേക്ക് ഇല്ലേ?' എന്ന ചോദ്യത്തിന് കേരളത്തിനു വൃദ്ധജനങ്ങളെ വേണ്ടല്ലോ എന്നാണ് ജോർജ് ചോദിച്ചത്. വയോജനങ്ങൾക്ക് വേണ്ടി നമ്മുടെസർക്കാരുകൾ കാര്യമായി ഒന്നും ചെയ്യുന്നില്ലെന്നാണ് ജോർജിന്റെ അഭിപ്രായം. അമേരിക്കയിൽ സ്ഥിതി വ്യത്യസ്തമാണ്. വയോജനങ്ങൾക്ക് നിരവധി സൗകര്യങ്ങൾ ഇവിടെ ലഭിക്കുന്നു. വലിയ ശബ്ദത്തിൽ സംസാരിക്കുന്ന ഇടയ്ക്കു പാട്ട് മൂളുന്ന ജോർജ്. രസികൻ.

പ്രായം മറന്ന് നാണം കുണുങ്ങുന്ന എപ്പോഴും ചിരിച്ചുകൊണ്ടിരിക്കുന്ന കൊച്ചുമോൾ എന്ന സാറാമ്മ. അവരുടെ മാത്രം സാമ്രാജ്യമായ വലിയ വീട്. വിശാലമായ പുരയിടം. സ്വന്തം നാട് പോലെ അമേരിക്കൻ ഭൂമി. ആകാശ മുട്ടായി പോലെ. മതനിരപേക്ഷമായ മധുരതരമായ ദാമ്പത്യം. ബഷീറിന്റെ പ്രേമലേഖനത്തിന് അമേരിക്കയിൽ നിന്ന് ഒരു ഉദാഹരണം.

19. അമേരിക്കയിലെ പട്ടികൾ

അമേരിക്കയിലെ പട്ടികളെ സമ്മതിക്കണം
ഏതുതണുപ്പിലും അവ വാലാട്ടും
കുരക്കുന്നത് കേട്ടിട്ടുണ്ടോ?
ഇത്ര ശബ്ദ നിയന്ത്രണം ഏതു പാട്ടുകാരനുണ്ട് ?
സൗമ്യം പോലും സാമ്യമകന്നത്
അവനെവിടെയുമുണ്ട്
അടുക്കള
കിടപ്പുമുറി
ജീവനമുറി
എന്നുവേണ്ട
കൊച്ചമ്മയുടെ മടിയിൽ കയറിയിരുന്ന് ഉമ്മ വെക്കും നക്കും
അവനെവിടെയും ചെല്ലാം
വിസ വേണ്ട
പാസ്പോർട്ട് വേണ്ട
സെക്യൂരിറ്റി നമ്പർ വേണ്ട
പക്ഷെ
അവയുടെ മുഖത്തേക്ക്
കണ്ണുകളിലേക്ക്
ഒന്ന് സൂക്ഷിച്ചുനോക്കു
അതിൽ നിന്ന് പുറത്തുചാടുന്ന വികാരത്തിൻറെ പേരെന്താണ് ?

നിർവികാരത? ശോകം? ദൈന്യം ?

ഇതൊന്നും പോര അതിനെ നിർവചിക്കാൻ

ഒരുപക്ഷെ അവർ അവരുടെ യജമാനന്മാർക്ക് പഠിക്കുകയാവാം!

അമേരിക്കൻ പട്ടികളെ കുറിച്ച് ഇങ്ങനെ എഴുതുമ്പോൾ എന്റെ മനസിൽ അമേരിക്കൻ ജനതയുടെ മുഖത്തെ നിർവികാരത നിറഞ്ഞു തുളുമ്പുകയാണ്. അപ്പോൾ അവരുടെ പട്ടികൾ അങ്ങനെയാവാതെ തരമില്ലല്ലോ. പക്ഷെ പട്ടികളെക്കുറിച്ച് സംസാരിക്കുമ്പോൾ അവരുടെ കണ്ണുകളിൽ ഒരു പ്രകാശം നിറയുന്നത് കാണാം.

20. കുഞ്ഞേയുറങ്ങുറങ്ങ്

ടെക്നോളജി വളരെ വികസിച്ചിരിക്കുന്നു. നമ്മൾക്ക് അനുമാനിക്കാൻ പോലും പറ്റാത്ത വിധത്തിൽ അത് നമ്മുടെ നിത്യജീവിതത്തിലേക്ക് നുഴഞ്ഞു കയറുന്നു. വളരെ ലഘുവായ സാങ്കേതിക വിദ്യയാണെങ്കിൽ പോലും അത് നിത്യജീവിതത്തിൽ എങ്ങനെ പ്രയോജനപ്പെടുത്താം എന്ന ചിന്തയിൽ നിന്ന് ഉരുത്തിരിഞ്ഞു വന്ന ധാരാളം ഉപകരണങ്ങൾ പരിചയപ്പെടാനിടയായി.

അതിലൊന്നാണ് ബേബി വാച്ച്. കുഞ്ഞ് രണ്ട് മൂന്നു റൂമുകൾക്കപ്പുറം ഉറങ്ങുമ്പോൾ അമ്മയ്ക്ക് അകലെ നിന്ന് കുഞ്ഞിനെ കാണാനുള്ള സംവിധാനമാണിത്. കുഞ്ഞ് ഉണർന്നാൽ കട്ടിലിൽ നിന്നോ തൊട്ടിലിൽ നിന്നോ വീഴുമോ എന്നതിനെക്കുറിച്ചൊന്നും അമ്മയ്ക്ക് ഉത്കണ്ഠ വേണ്ട. അടുക്കളയിൽ ഇരുന്നോ ഡൈനിങ്ങ് റൂമിൽ ഇരുന്നോ അമ്മക്ക് കുഞ്ഞിനെ ശ്രദ്ധിക്കാൻ കഴിയും. തൊട്ടടുത്ത് വച്ചിരിക്കുന്ന ബേബി വാച്ചിന്റെ സ്ക്രീനിലൂടെ അമ്മയ്ക്ക് കുഞ്ഞിനെ നിരീക്ഷിക്കുവാൻ കഴിയും. പണ്ടൊക്കെ ഇത്തരം സംവിധാനങ്ങൾ ഉണ്ടായിരുന്നോ? അമ്മ ജോലിയെടുക്കുന്ന സ്ഥലത്ത് കുഞ്ഞിനെ കിടത്തി ഉറക്കിയിരിക്കുന്നത് കാണാം. ഉരൽപ്പുരയിലെ പായത്തുണ്ടിലും പാടവരമ്പത്തെ പുൽപ്പായയിലും നാടോടികളാണെങ്കിൽ ഊഞ്ഞാൽകെട്ടിലും സുരക്ഷിതമായി കുഞ്ഞ് ഉറങ്ങിയിരുന്നു. കുഞ്ഞ് ഉണർന്നാൽ അമ്മ അറിയും. അത് അമ്മയും കുഞ്ഞും തമ്മിലുള്ള ഹൃദയബന്ധം. ടെക്നോളജിക്ക് പകരം ആത്മബന്ധത്തിന്റെ ഒരു നൂൽ അവരെ തമ്മിൽ ബന്ധിപ്പിക്കുന്നു. ഇന്ന് നാമതിനെ ടെലിപ്പതി എന്ന് വിളിക്കുന്നു എന്ന് മാത്രം. കുഞ്ഞ് കരയുന്നതിന് മുമ്പേ അമ്മ അറിയും. കുഞ്ഞ് ജനിക്കുന്നതിന് മുമ്പേ അറിഞ്ഞു തുടങ്ങിയ കുഞ്ഞിന്റെ ചലനങ്ങൾ അമ്മയ്ക്ക് ഹൃദിസ്ഥമാണ്.

ഇതൊക്കെ തന്നെയല്ലേ പൊക്കിൾകൊടി ബന്ധത്തിന്റെ അർത്ഥം? മുലകുടി മാറാത്ത കുഞ്ഞിന് എന്തെങ്കിലും അസുഖം വരുന്നതിന് മുന്നോടിയായി അമ്മയുടെ മുലക്കണ്ണ് ചൊറിയും എന്ന് ചില അമ്മമാർ പറഞ്ഞുകേട്ടിട്ടുണ്ട്.

ഒ എൻ വി യുടെ അമ്മ എന്ന കവിത ഓർമ്മ വരുന്നു.

കെട്ടി മറയ്ക്കല്ലെൻ പാതിനെഞ്ചം

കെട്ടി മറയ്ക്കല്ലേയെന്റെ കയ്യും....

21. കെനിയക്കാരൻ പോൾ

ചില സൗഹൃദങ്ങൾ വളരെ പെട്ടെന്ന് ഉടലെടുക്കും. വല്ലാത്ത ഒരു ഇഴയടുപ്പം ഹൃദയബന്ധം ഒക്കെ പെട്ടെന്നുണ്ടാക്കുന്ന സൗഹൃദം. ഒരു പാട് നാളത്തെ അടുപ്പമൊന്നും വേണ്ട നല്ല കൂട്ടിന്. അങ്ങനെയൊരു സൗഹൃദമാണ് കെനിയയിലെ ഹയർ സെക്കന്ററി സ്കൂളിൽ ഫിസിക്സ് അധ്യാപകനായ പോളുമായിട്ടുണ്ടായത് .

ഒരു ടിപ്പിക്കൽ കെനിയക്കാരനാണ് പോൾ. കിഴക്കൻ ആഫ്രിക്കൻ രാജ്യമായ കെനിയയിൽ ധാരാളം ഇന്ത്യക്കാരുണ്ടെന്നും അവരിൽ പലരുമായും തനിക്ക് നല്ല ബന്ധമുണ്ടെന്നും പോൾ പറഞ്ഞത് വളരെ ആവേശത്തോടെയായിരുന്നു. എത്യോപ്യ, സൊമാലിയ, ടാൻസാനിയ, ഉഗാണ്ട, സുഡാൻ എന്നീ ആഫ്രിക്കൻ രാജ്യങ്ങളിലെല്ലാം ധാരാളം ഇന്ത്യക്കാരുണ്ടെന്ന് പോൾ പറയുന്നു. പക്ഷെ കേരളം, മലയാളം, മലയാളി തുടങ്ങിയ വാക്കുകളൊന്നും പോളിന് പരിചയമില്ല.പക്ഷെ ജൊമൊ കെനിയാറ്റ എന്ന ആദ്യത്തെ കെനിയൻ പ്രസിഡണ്ടിനെക്കുറിച്ച് പോൾ വാതോരാതെ സംസാരിച്ചു, അദ്ദേഹം കെനിയൻ ഗാന്ധി എന്നാണറിയപ്പെടുന്നതെന്ന് പറഞ്ഞ പോളിന് ഗാന്ധിജിയെക്കുറിച്ചും ഇന്ത്യയെക്കുറിച്ചും നല്ല മതിപ്പാണ്.

ഞങ്ങൾ വെസ്റ്റേൺ അവന്യൂവിൽ ഒരാഴ്ചയോളം ഒരുമിച്ച് താമസിച്ചിരുന്നു. അപ്പോഴേക്കും തന്നെ ദൃഢമായ ഒരു ബന്ധം ഞങ്ങൾക്കിടയിൽ ഉടലെടുത്തുകഴിഞ്ഞിരുന്നു.

വീട്ടിൽ നിന്ന് മാറി നിൽക്കുന്ന വിഷമം നന്നായി അലട്ടുന്നുണ്ടായിരുന്നുവെങ്കിലും പോൾ എപ്പോഴും സുസ്മേരവദനനായിരുന്നു ഭാഷയും ദേശവും വർണ്ണവും സാമ്പത്തികമോ സാമൂഹികമോ സാംസ്കാരികമോ

ആയ അന്തരങ്ങളുമൊന്നും തന്നെ മനസുകൾ തമ്മിലുള്ള ചേർച്ചപ്പെടലിന് തടസമല്ലല്ലോ. ചങ്ങാതി നന്നായാൽ കണ്ണാടി വേണ്ടെന്നല്ലേ. അതാണ് പോൾ. ഒരു നല്ല സുഹൃത്തിന്റെ ആത്മാർത്ഥമായ ഇടപെടൽ ജീവിതത്തിൽ നിർണായകമാകുന്ന ചില മുഹൂർത്തങ്ങളുണ്ട്. സുഹൃത്തുക്കൾ തരുന്ന പോസിറ്റീവ് എനർജി ജീവിതത്തിലുണ്ടാക്കുന്ന മാറ്റം അനുഭവിച്ചറിയണം. അത്തരം ഊർജം പോൾ ഓരോ നിമിഷവും നൽകുന്നു. പക്ഷെ പോൾ എന്ന നല്ല സുഹൃത്തിനെ പെട്ടന്നുതന്നെ പിരിയേണ്ടിവന്നു. ഓഡിറ്റ് ക്ലാസുകളുടെ സൗകര്യാർത്ഥം എനിക്ക് താമസം വെസ്റ്റേൺ അവന്യുവിൽ നിന്ന് മാറേണ്ടി വന്നു. സെയിന്റ് റോസ് യൂണിവേഴ്സിറ്റി കാമ്പസിൽ തന്നെയുള്ള കേസി ഹാൾ എന്റെ പുതിയ വാസസ്ഥലമായി മാറി. എങ്കിലും ആഴ്ചയിൽ ഒരിക്കൽ ഞാൻ പോളിനെ കാണുവാനായി വെസ്റ്റേൺ അവന്യുവിൽ ചെല്ലും. ഹൃദയത്തെ തൊടുന്ന സൗഹൃദമായിരുന്നു പോൾ.

പോളും ലേഖകനും

22. ധനരാജ് കീഴറ

കണ്ണൂർ ചെറുകുന്ന് സ്വദേശിയായ, ഇപ്പോൾ ബംഗളൂരിൽ ജോലി ചെയ്യുന്ന ധനരാജ് കീഴറയും ആൽബനിയിലെ പ്രൊഫെസ്സർ ജോൺ ഫാൽകോയും തമ്മിൽ എന്ത്? രണ്ടു മാസം മുൻപ് വരെ അവർ അപരിചിതർ. ഇപ്പോൾ ജോൺ, ധനരാജിന്റെ ചിത്രങ്ങളുടെ ആരാധകൻ. അവരെ തമ്മിൽ ബന്ധിപ്പിക്കാൻ കഴിഞ്ഞതിൽ അതിയായ സന്തോഷം. നല്ലൊരു ചിത്രാസ്വാദകനായ ജോൺ, ധനരാജിന്റെ ചിത്രങ്ങളെക്കുറിച്ച് പറയുമ്പോൾ വാചാലനാകും.

മനസുനിറയെ നൻമയും നിലയ്ക്കാത്ത ഊർജ്ജസ്വലതയും - അതാണ് ജോൺ ഫാൽക്കോ. ആൽബനി വിമാനത്താവളത്തിൽ ഞങ്ങളെ സ്വീകരിക്കാൻ എത്തിയതുമുതൽ അഞ്ചു മാസക്കാലം ഞങ്ങളോടൊപ്പം തന്നെയായിരുന്നു ജോൺ. അദ്ദേഹവുമായി അൽപ്പനേരം ഇടപഴകാൻ പറ്റിയാൽ അത് ഒരു മുതൽക്കൂട്ട് തന്നെയായിരിക്കും. ജോണുമായി സംസാരിക്കാൻ ഐ എൽ ഇ പി അംഗങ്ങൾക്ക് റിഫ്ലക്ഷൻ ടൈം - ൽ അവസരമുണ്ട്

സുഹൃത്ത് ധനരാജ് കീഴറ വരച്ച ചിത്രങ്ങൾ ഫെയ്സ്ബുക്കിൽ ഷെയർ ചെയ്തത് കണ്ടാണ് ജോൺ ധനരാജിനെക്കുറിച്ചറിയാനായി എന്റെ അടുത്തുവന്നത്. നല്ലൊരു കലാസ്വാദകൻ കൂടിയാണ് ജോൺ. ധനരാജിനെക്കുറിച്ച് കൂടുതൽ അറിയുന്നതിന് ജോൺ താല്പര്യം പ്രകടിപ്പിച്ചു. ചിത്രങ്ങളുടെ സോളോ എക്സിബിഷൻ നടത്തിയിട്ടുണ്ടോ എന്ന് ചോദിച്ചു. അന്തർദേശീയമായ ചിത്രപ്രദർശന പരിചയം (International exposure) ധനരാജിനെ പോലുള്ള കലാകാരന്മാർക്ക് ലഭിക്കേണ്ടതുണ്ട് എന്ന് ജോൺ സൂചിപ്പിച്ചപ്പോൾ വളരെ സന്തോഷം തോന്നി. എന്റെ നാട്ടുകാരനായ ധനരാജിനേയും ആൽബനിയിലെ

ഗ്രീൻ ബുഷിലെ ഒരു കലാസ്വാദകനെയും ഭാഷയില്ലാതെ(?) കല അടുപ്പിക്കുന്നു. അവരുടെ മനസ്സുകൾക്കിടയിൽ അനേകം ഭാഷകൾ, ആശയങ്ങൾ കലയിലൂടെ കൈമാറുന്നു.

ധനരാജ് കീഴറ

23. യാദൃച്ഛിക കോടീശ്വരൻ

ആക്സിഡന്റൽ ബില്യണർ എന്ന ബെസ്റ്റ് സെല്ലർ ആദ്യമായി കാണുന്നത് സെയിന്റ് റോസ് കോളജ് ലൈബ്രറിയിലാണ്. അന്നു തന്നെ അതിന്റെ ഒരു കോപ്പി കരസ്ഥമാക്കി. മാർക്ക് സക്കർ ബർഗിന്റെ വിജയകഥയാണിത്.

ഹാർവാർഡ് യൂണിവേഴ്സിറ്റിയിൽ പഠിക്കുമ്പോൾ, പത്തൊമ്പ താം വയസിലാണ് സക്കർബർഗ് ഫെയ്സ്ബുക്ക് ആരംഭിക്കുന്നത്. കോളജിലെ കൂട്ടുകാർ തമ്മിൽ ബന്ധപ്പെടുന്നതിനുള്ള ഒരു പ്ലാറ്റ്ഫോം എന്ന രീതിയിലാണ് കൂട്ടുകാരനായ സാവറിനുമായി ചേർന്ന് മാർക്ക് ഫെയ്സ്ബുക്ക് തുടങ്ങുന്നത്. പിന്നീട് ആൻഡ്രൂ മക്കൊല്ലം, ഡസ്റ്റിൻ മൊസ്കോവിറ്റ്സ്, ക്രിസ് ഹഗ്ഹസ് എന്നിവരുമായി ചേർന്ന് സക്കർ ബർഗ് ഫേസ്ബുക്കിനെ ഒരു വിപുലമായ സോഷ്യൽ നെറ്റ് വർക്കിംഗ് വെബ്സൈറ്റ് ആയി വികസിപ്പിച്ചു. അധികം വൈകാതെ അവർ അതിന്റെ സേവനം ലോക വ്യാപകമായ നെറ്റ് വർക്കിങ്ങ് സോഷ്യൽ മീഡിയ എന്ന രീതിയിൽ വ്യാപിപ്പിച്ചു. ഫോർബ്സ് മാസികയുടെ കണക്കുകൾ പ്രകാരം സ്വപ്രയത്നത്തിലൂടെ കോടീശ്വരനായ ലോകത്തിലെ ഏറ്റവും പ്രായം കുറഞ്ഞ വ്യക്തിയാണ് 1984 ൽ ജനിച്ച സക്കർബർഗ്.

ബെൻ മെസ്റിച്ച് എഴുതിയ ആക്സിഡന്റൽ ബില്യണർ പിന്നീട് ദി സോഷ്യൽ നെറ്റ്വർക്ക് എന്ന പേരിൽ ചലച്ചിത്രമായപ്പോൾ അതൊരു വമ്പൻ ഹിറ്റായി മാറി. കേവലം ഒരു വർഷ കാലയളവിനുള്ളിൽ ഹാർവാർഡിൽ വച്ച് സക്കർബർഗും എഡ്വേഡോ സാവറിനും കൂടി വികസിപ്പിച്ചെടുത്തതാണ് ഫെയ്സ്ബുക്ക് എന്ന് പുസ്തകം പറയുന്നു.

ഒരു ജീവിതോത്സാഹജനകമായ കൃതി എന്നതോടൊപ്പം തന്നെ വന്യമായ ലൈംഗികത, ചതി, കുതികാൽവെട്ട്, മദ്യത്തിന്റെയും മയക്കുമരുന്നിന്റെയും ലഹരി തുടങ്ങിയവയൊക്കെ ഇതിൽ കടന്നുവരുന്നുണ്ട്. സിലിക്കൺ വാലി കോടീശ്വരൻമാരുടെ ജീവിതത്തിനെ തുറന്നുകാണിക്കുന്ന പുസ്തകം കൂടിയാണിത്.

ദീർഘമായൊരു ഡിസ്ക്ലെയിമർ ഇതിന് അനുബന്ധമായി ചേർത്തിട്ടുണ്ട്. എന്താണിത് കാണിക്കുന്നത്? ഫിക്ഷന്റെ അംശം വേണ്ടുവോളമുണ്ടിതിൽ. സക്കർബർഗിന്റെ ജീവിതം പകർത്തിയ കൃതിയായി ഇതിനെ വായിച്ചെടുക്കേണ്ടതില്ല. ജീവചരിത്രം, ആത്മകഥാഖ്യാനം എന്നീ ഗണത്തിലൊന്നും പെടുന്ന പുസ്തകവുമല്ലിത്.

24. ഗോപ്രോ

ഗോപ്രോ ക്യാമറകൾ ഉപയോഗിച്ച് വീട്ടിനടുത്തുള്ള ചെറി യവനത്തിലെ ജീവികളുടെ ചലനങ്ങൾ ഒപ്പിയെടുക്കുക എന്നതാണ് അനീഷ് മൊയ്തീന് ഇഷ്ട വിനോദം. അമേരിക്കൻ മലയാളി മൊയ്തീൻ പുത്തഞ്ചിറയുടെ മകനാണ് അനീഷ്. അനീഷിന്റെ ഗോപ്രോ ക്യാമറകൾ ഉയർന്ന സാങ്കേതിക വിദ്യ ഉള്ളവയാണ്.

ലൈവ് ആക്ഷൻ സീനുകൾ പകർത്താൻ ഏറ്റവും യോജിച്ചതും വളരെ ഹാൻഡി ആയതുമായ കൊച്ചു ക്യാമറയാണ് ഗോ പ്രോ. യു എസിൽ വളരെ ജനപ്രീതിയാർജിച്ചതാണ് ഈ വിഭാഗം ക്യാമറക ളെന്ന് അനീഷ് പറയുന്നു.

കൊലോർ എന്ന ഫ്രഞ്ച് കമ്പനിയെ ഏറ്റെടുത്തു കഴിഞ്ഞതോടെ പുതിയ ദൃശ്യസാധ്യതകൾ തേടുകയാണ് ഈ കുഞ്ഞൻ ഇപ്പോൾ. 360 ഡിഗ്രീ കാഴ്ച്ച അനുഭവവേദ്യമാക്കുന്നതിനുള്ള സാങ്കേതിക വിദ്യ ഇപ്പോൾ അത് നേടിക്കഴിഞ്ഞു.

ഗോപ്രോയുടെ സാധ്യതകൾ പരമാവധി പ്രയോജനപ്പെടുത്തിയകൈ ജെൽ റോബേർട്സ്സൺ എന്ന ഫോട്ടോഗ്രാഫറുടെ അനുഭവം കേൾക്കുക. കടൽകാക്കകളുടെ മനോഹര ദൃശ്യം പകർത്തുക എന്ന ഉദ്ദേശത്തോടെ യോജിച്ച സ്ഥലത്ത് അദ്ദേഹം ഗോ പ്രോ ക്യാമറ ഓൺ ചെയ്തു വച്ചു. അതിനായി താമസസ്ഥലത്ത് കടൽ കാക്കളെ പ്രതീക്ഷിച്ച് ഭക്ഷണം വിതറിയിട്ട് അയാൾ കാത്തിരിപ്പായി. എന്നാൽ സംഭവിച്ചതോ? ഭക്ഷണം കഴിക്കാനെത്തിയ കടൽകാക്ക ക്യാമറയും കൊത്തിയെടുത്ത് ഒറ്റ പറക്കൽ. നിസ്സഹായനായി നോക്കി നിൽക്കാനേ അദ്ദേഹത്തിനു കഴിഞ്ഞുള്ളു. അഞ്ചുമാസത്തിന് ശേഷമാണ് താമസസ്ഥലത്തു നിന്നും

മൂന്നൂറ് മീറ്റർ അകലെ വെച്ച് ആ ക്യാമറ വീണ്ടും ഫോട്ടോഗ്രാഫറുടെ കയ്യിൽ കിട്ടിയത്. ക്യാമറ ഓൺ ആയിരിക്കുന്നതിനാൽ എക്സ്ക്ലൂസീവ് ആയ വിഡിയോ ദൃശ്യങ്ങൾ അദ്ദേഹത്തിനു കിട്ടി. നോർവീജയൻ തീരത്തിന്റെ മനോഹരമായ ഈ വീഡിയോ ദൃശ്യം ഗോപ്രോയുടെ സോഷ്യൽമീഡിയ പേജിലൂടെ ലോകം മുഴുവൻ കണ്ടു.

അനീഷ് മൊയ്തീൻ

അനീഷ് മൊയ്തീനാണ് ഗോപ്രോ ക്യാമറയുടെ സാധ്യതകൾ ആദ്യമായി എനിക്ക് പറഞ്ഞു തന്നത്. നല്ലൊരു ഫൊട്ടോഗ്രാഫർ മാത്ര മല്ല കക്ഷി. ബാങ്ക് ഓഫ് അമേരിക്കയുടെ പ്രധാന പോസ്റ്റിൽ ഇരിക്കുന്ന ആളാണ്. ബഹുമുഖമായ കഴിവുകളുള്ള യുവാവാണ് അനീഷ്. തികഞ്ഞ മനുഷ്യ സ്നേഹിയും പ്രകൃതി സ്നേഹിയും. പക്ഷി നിരീക്ഷണം പുള്ളിയുടെ പ്രധാന ഹോബിആണ്. ഒപ്പം ഹഡ്സൺ നദിയിലെ മീൻപിടുത്ത വും. കഷ്ടപ്പെട്ട് പിടിച്ച മീനിനെ തിരികെ പുഴയിലേക്ക് തന്നെ വിട്ട് അത് നീന്തി ഒഴുകിപ്പോകുന്നത് ആസ്വദിക്കലാണ് കക്ഷിക്ക് ഏറെ സന്തോഷം നൽകുന്നകാര്യം. സ്വന്തമായി പിടിച്ച മീൻ കഴിക്കാറില്ല. ഫിഷിങ്ങിനായി പ്രത്യേക ബോട്ട് അനീഷിനുണ്ട്. പക്ഷി മൃഗാദികളാണ് അനീഷിന്റെ ഏറ്റവും അടുത്ത കൂട്ടുകാർ. പക്ഷെ ഒന്നിനേയും കൂട്ടിലിട്ടു വളർത്താൻ അനീഷ് തയ്യാറല്ല.

ഹട്സൻ നദിയുടെ തീരത്തുള്ള കൊച്ചു വനത്തോട് ചേർന്നാണ് അനീഷിൻറെ വീട്. ഈ കാട്ടിലാണ് അനീഷിൻറെ മനസപുത്രന്മാ രുടെ/പുത്രിമാരുടെ താവളം. അവയെപോലെ ശബ്ദമുണ്ടാക്കാൻ അനീഷിനാവും. അങ്ങനെ ശബ്ദമുണ്ടാക്കുമ്പോൾ അവ അടുത്ത് വരും. അനീഷ് നൽകുന്ന ഭക്ഷണം കഴിക്കാൻ സ്ഥിരമായി എത്തുന്ന ചില കിളികൾ ഉണ്ട്. കിളികളുടെ നേതാവ് ഭക്ഷണം കണ്ടാൽ ഒരു പ്രത്യേക ശബ്ദം ഉണ്ടാക്കി മറ്റുകിളികളെക്കൂടി വിളിച്ചു വരുത്തും. അണ്ണാൻ, മാൻ, മുയ ൽ തുടങ്ങിയ മൃഗങ്ങളും വരും ഭക്ഷണം തേടി. ഇവയെ ഉപദ്രവി ക്കാതെ അനീഷ് കാമറയിൽ പകർത്തും. അതിനുവേണ്ടി പ്രത്യേകം വാങ്ങിയതാണ് ഗോപ്രോ ക്യാമറ. ഇത് വളരെ അകലെ നിന്ന് പോലും നിയന്ത്രിക്കാൻ പറ്റുന്ന സംവിധാനം ഉള്ള കാമറ ആണ്. പ്രത്യേക സ്റ്റാ ൻഡിൽ ഉറപ്പിക്കാനും തൊപ്പിയിൽ പിടിപ്പിക്കാനും പറ്റുന്ന വിധമാണ് ഇത് നിർമ്മിച്ചിട്ടുള്ളത്. വാട്ടർ പ്രൂഫ് ആയതിനാൽ വെള്ളത്തിനടി യിലെ ചിത്രീകരണവും സാധ്യമാണ്.

ഗോപ്രോ ക്യാമറയിൽ എടുത്ത ചിത്രം

25. നയാഗിരാ

നയാഗ്രയുടെ തമിഴ് രൂപമാണ് തലക്കെട്ട്... നയാഗിരാ എന്ന് എ ആർ റഹ്മാൻ ചില പാട്ടുകളിൽ കേട്ടിട്ടുണ്ട്. ഏതിനേയും തമിഴാക്കി തന്റേതാക്കും തമിഴാ ഉങ്കളുക്ക് നമോവാകം! അതാണ് തമിഴന്റെ ഭാഷാസ്നേഹം. അതാണ് ആ ഭാഷയുടെ ഫ്ലക്സിബിലിറ്റി.

അമേരിക്കയുടേയും കാനഡയുടേയും അതിർത്തിയിൽ കിടക്കുന്ന നയാഗ്ര നദിയിലെ പടുകൂറ്റൻ വെള്ളച്ചാട്ടമാണ് നയാഗ്ര വെള്ളച്ചാട്ടം. അമേരിക്കൻ ഫാൾസ്, ബ്രൈഡൽ വെയ്ൽ ഫാൾസ്, കനേഡിയൻ ഹോഴ്സ് ഷൂ ഫാൾസ് എന്നീ മൂന്നു വെള്ളച്ചാട്ടങ്ങൾ ഒരുമിച്ച് ചേർന്നാണ് നയാഗ്ര രൂപംകൊള്ളുന്നത്.

മഞ്ഞായ മഞ്ഞൊക്കെ ഉരുകിയൊലിച്ച് മഞ്ഞുനദി പോലെ മൂന്ന് ഭാഗത്തു നിന്നും (ഭാഗ്യം! നാലാമത്തെ ഭാഗം ഒഴിച്ചു വിട്ടുണ്ട്. മനുഷ്യന് കയറി നിന്ന് കാഴ്ച കാണാൻ) ഒഴുകി വന്ന് താഴ്ചയിലേക്കൊരു വീഴ്ച. അതാണ് നയാഗ്ര. ഫാൾസ് എന്നതിന്റെ മലയാളപരിഭാഷ വെള്ള ച്ചാട്ടമെന്ന്! ഇഷ്ടായില്ല! ഫാൾസ് തന്നെ നല്ലത്. ക്രിയയെ നാമമാക്കി ബഹുവചനമാക്കിയെടുത്ത രീതി കൊള്ളാം, അല്ലേ! ഫാൾസ് എന്ന വാക്ക് ഫൗണ്ടയിൻ എന്ന വാക്കുമായി ചേർന്നുനിൽക്കുന്നുണ്ട്. ഒ. ഹെൻറിയുടെ ദ ഗിഫ്റ്റ് എന്ന കഥയിലുണ്ട് മനോഹരമായൊരു ഫാൾസ് വിവരണം. സ്റ്റെല്ലയുടെ ബ്രൗൺ ഹെയർ അഴിഞ്ഞുലഞ്ഞത് ലൈക് എ ബ്രൗൺ ഫാൾസ് എന്നെഴുതിയതിലെ മനോഹാരിത നയാഗ്ര കണ്ടപ്പോൾ ഓർത്തു.

വെള്ളച്ചാട്ടം കാണാനെത്തിയ വിനോദ സഞ്ചാരികൾ

നയാഗ്ര ഉറക്കത്തിലായിരുന്നു കുറച്ചുനാൾ. അങ്ങനെ പതിവുണ്ട്. നായാഗ്ര വിന്ററിൽ, കുറച്ചുകാലം ഉറങ്ങും. മഞ്ഞ് കാലം നീങ്ങിയാൽ ഉറക്കമുണരും. ഞങ്ങൾ ഏപ്രിൽ 18നാണ് നയാഗ്ര കാണാൻ പോയത്. അപ്പോഴേക്കും നയാഗ്ര പൂർണ്ണമായും ഉറക്കം വിട്ട് ഉണർന്നിരുന്നില്ല. ഉണർന്നു വരുന്നതേയുള്ളു. ഒരു ഉറക്കച്ചടവ് ഉണ്ട് അവളുടെ മുഖത്ത്. നയാഗ്രായുടെ അടുത്തേക്ക് ബോട്ടിൽ ഉള്ള യാത്രയാണ് ഏറ്റവും രസകരം എന്ന് പറഞ്ഞു കേട്ടിട്ടുണ്ട്. പക്ഷെ ഫ്രീസ് ആയ അവസ്ഥ പൂർണ്ണമായും മാറിയിട്ടില്ലാത്തതിനാൽ അത് നടന്നില്ല. ഞങ്ങൾക്ക തിനുള്ള ഭാഗ്യമുണ്ടായില്ല. പക്ഷെ വെള്ളച്ചാട്ടം കാണാൻ പോയിട്ട് വെള്ളനിൽപ്പ് കണ്ടുമടങ്ങേണ്ട അവസ്ഥ ഉണ്ടായില്ല. ഏപ്രിൽ ആദ്യവാരത്തോടെ തന്നെ നയാഗ്രയുടെ ചില ഭാഗങ്ങൾ ചാട്ടം തുടങ്ങിയിരുന്നു എന്നാണ് ഇവിടുത്ത്കാർ പറയുന്നത്. ചാട്ടം ഇല്ലെങ്കിൽ ഓട്ടമെങ്കിലും ഉണ്ടായാൽ മതിയായിരുന്നു എന്ന് കരുതിയാണ് വന്നത്. ഹോപ്പ് ഫോർ ദി ബെസ്റ്റ് എന്നായിരുന്നു വരുമ്പോഴുള്ള ആശംസ. വന്നുക ഴിഞ്ഞപ്പോൾ അത് പാഴായില്ലെന്ന് ബോധ്യമായി. ചെറിയ ചാട്ടമുണ്ട്. അതിനുമുണ്ടൊരു ഭംഗി.ബോട്ട് യാത്ര നഷ്ടമായെങ്കിലും ഉള്ളത് കൊണ്ട് ഓണം പോലെ!

നയാഗ്ര

അമേരിക്കൻ ഫാൾസിനോട് ചേർന്നു കിടക്കുന്ന ബ്രൈഡൽ വെയ്ൽ ഫാൾസ് ഒറ്റ നോട്ടത്തിൽ അമേരിക്കൻ ഫാൾസിന്റെ തന്നെ ഭാഗമാണെന്നു തോന്നും. ബ്രൈഡൽ വെയ്ൽ ഫാൾസിന് ആ പേരു വന്നത് അതിന്റെ രൂപത്തിൽ നിന്നാണ്. വധുവിന്റെ മുഖവും മുടിയും അർധതാര്യമായ വെള്ള തുണികൊണ്ട് മൂടുന്ന വെയിൽ (Veil) വെയിലു കൊള്ളാതിരിക്കാനും ?! അത് വധുവിന് നൽകുന്ന മനോഹരിത. അത് തന്നെ ബ്രൈഡൽ വെയ്ൽ ഫാളിന്റെ ഭംഗി. അമേരിക്കയിൽ നിന്നും കാനഡയിലേക്കു പതിക്കുന്നതിനാൽ കാനഡയിൽ നിന്നുമാണ് നയാഗ്രയുടെ ഭംഗി പൂർണ്ണമായും ആസ്വദിക്കാൻ കഴിയുക എന്ന് പറയുന്നു. കണ്ട കാഴ്ചകൾ മനോഹരം കാണാത്തവ അതിമനോഹരം എന്നല്ലേ !

26. ആരാണ് ദരിദ്രൻ?

അമേരിക്കയിൽ ദാരിദ്ര്യമുണ്ടോ? ഒന്നാംലോക രാജ്യമാണെങ്കിലും അമേരിക്കയിലും ദാരിദ്ര്യമുണ്ട്. അത് പക്ഷേ മൂന്നാം ലോകരാജ്യങ്ങളുടേതുപോലെയല്ല എന്നുമാത്രം. അഞ്ചുമാസത്തെ അമേരിക്കൻ വാസം നൽകിയത് പറഞ്ഞു കേട്ടതിൽ നിന്നും വായിച്ചറിഞ്ഞതിൽ നിന്നും ഏറെ വ്യത്യസ്തമായ അനുഭവങ്ങളാണ്. സ്വയംഭൂവായ എന്നവകാശപ്പെടാവുന്ന ഒരു നാട്ടിൽ നിന്നു പറിച്ചു നടപ്പെട്ട എന്നു തോന്നിപ്പിക്കുന്ന വേറൊരു നാട്ടിലേക്കു എത്തിപ്പെടുമ്പോഴുണ്ടാകുന്ന അനുഭവവ്യത്യസ്തതകളുടെ ആഴവും പരപ്പും ഊഹിക്കാവുന്നതേയുള്ളൂ.

ഒരിക്കൽ ഞങ്ങൾ - ഞാനും മൊയ്തീൻ പുത്തൻചിറയും - ന്യൂയോർക് നഗരത്തിലൂടെ യാത്ര ചെയ്യുകയായിരുന്നു. ട്രാഫിക് ഐലൻഡിലെ അല്പനേരത്തെ ഒരു ഇടവേള. സിഗ്നലിനുവേണ്ടിയുള്ള കാത്തു നിൽപ്പ്. ഒരാൾ കാറിന്റെ ഗ്ലാസ് വിൻഡോയിൽ മുട്ടിവിളിക്കുന്നു. സുഹൃത്ത് മൊയ്തീൻ പുത്തൻചിറയുടെ ആതിഥേയത്വം സ്വീകരിച്ചുകൊണ്ട് അദ്ദേഹവുമൊത്തുള്ള അനേകം യാത്രകളാൽ സജീവമായ ദിവസങ്ങളിൽ ഒന്നായിരുന്നു അത്. അദ്ദേഹം ഗ്ലാസ് താഴ്ത്തിയിട്ട് അയാൾക്ക് അഞ്ചു ഡോളറിന്റെ ഒരു കറൻസി കൊടുത്തു. Passing through severe time എന്ന് ആലേഖനം ചെയ്ത ഒരു ബോർഡ് അയാൾ കഴുത്തിൽ തൂക്കിയിട്ടിരുന്നു. ഭവ്യതയോടെ നന്ദി പറഞ്ഞ് അയാൾ നടന്നകന്നു.

He is a begger മൊയ്തീൻ പുത്തൻചിറ പറഞ്ഞു. ഒരു ടിപ്പിക്കൽ അമേരിക്കൻ യാചകൻ. അല്ലാതെയാരാണ് ഈ മുടിഞ്ഞ തണുപ്പിൽ നാലോ അഞ്ചോ ഡോളറിനു വേണ്ടി തിരക്കേറിയ ട്രാഫിക് ഐലന്റുകളിലോ ഫുട്പാത്തുകളിലോ കാത്തു കെട്ടിക്കിടക്കുക. കോട്ടും സ്യൂട്ടും ഷൂസും കൂളിംഗ് ഗ്ലാസ്സുമണിഞ്ഞ യാചകൻ. അയാൾ നെഞ്ചിൽ എഴുതി

ളുക്കിയിരിക്കുന്നതു വെറും വാക്കല്ല. കത്തുന്നജീവിത യാഥാർഥ്യങ്ങളുടെ കനൽ തന്നെയാണ്. ആ കണ്ണിലെ ദൈന്യം അഞ്ചു ഡോളറിന്റെ ലഭ്യത യിൽ തിളക്കമായി മാറുന്നത് ശ്രദ്ധിച്ചാൽ മനസ്സിലാവും, മേൽ സൂചിപ്പിച്ച കോട്ടും സൂട്ടും ഒന്നും ആഡംബരമല്ലെന്ന്. ശൈത്യമേഖലാരാജ്യങ്ങളിലെ അത്യന്താപേക്ഷിതമായ ജീവനോപാധികൾ മാത്രമാണവ. സ്പ്രിങ്ങ്, സമ്മർ സീസണിൽ പോലും ഇവ ഇല്ലാതെ ജീവിക്കുക പലപ്പോഴും അസാധ്യം

വെർമോണ്ടിലെ മേപ്പിൾ ഷുഗർ ഫാക്ടറി നടത്തുന്ന എഡ്‌വേർഡി ന്റെ ജീവിതവും ദാരിദ്ര്യമാണ് എന്ന് അമേരിക്കക്കാർ പറയും. അഞ്ചു മക്കളും ഭാര്യയും ഒരുപോലെ സഹകരിക്കുന്നതു കൊണ്ടുമാത്രം ഫാക്ടറി നടത്തിക്കൊണ്ടു പോകുവാൻ സാധിക്കുന്നുവെന്നു എഡ്‌വേർഡ് പറയുന്നു. ഇവരൊഴികെ ഫാക്ടറിയിൽ മറ്റു ജോലിക്കാർ ഇല്ല. ഗവണ്മെ ന്റ് നൽകി വരുന്ന സബ്സിഡികൾ ഒന്നൊന്നായി നിർത്തികൊണ്ടിരി ക്കുകയാണെന്നും അതുകൊണ്ട് മേപ്പിൾ വൃക്ഷങ്ങളെ വേണ്ട പോലെ പരിചരിക്കാൻ സാധിക്കുന്നില്ലെന്നും എഡ്‌വേർഡ് പറയുമ്പോൾ നാട്ടിലെ കർഷക ആത്മഹത്യകളെ ഓർമ വരും.

കൈപ്പത്തി പോലുള്ള മേപ്പിൾ ഇലകൾ തോട്ടത്തിൽ വീണുകിടക്കു ന്നു. മനോഹരമാണ് മേപ്പിൾ ഇലയുടെ ആകൃതി. അതിന്റെ സൗന്ദര്യം കുടികൊള്ളുന്നത് പൂപോലുള്ള ആകൃതിയിൽ മാത്രമല്ല പൂരിപ്പിക്കാതെ വിട്ട വലിയ വിടവുകളിൽ കൂടിയാണ്. അമേരിക്കയെ കുറിച്ച് നാം അറി ഞ്ഞവയിൽ പലതും പൂരിപ്പിക്കുവാനുണ്ടെന്നാണ് മേപ്പിൾ ഇല നമ്മോട് പറയുന്നതെന്ന് തോന്നുന്നു.

27.അടുപ്പല്ല നെരിപ്പോട്

വിറകില്ല തേയില്ല. വിശാലമായ ലിവിങ്ങ് റൂമിൽ തൂക്കിയിട്ടിരിക്കുന്ന പെയിൻറിങ്ങ് ആണെന്ന് ദൂരെ നിന്ന് നോക്കുന്നവർക്ക് തോന്നിയാൽ അവരെ കുറ്റം പറയാൻ കഴിയില്ല. അടുത്ത് നിന്ന് നോക്കുന്നവർക്ക് അത് മനോഹരമായ ഇൻസ്റ്റലേഷനാണെന്നും തോന്നാം. സ്വിച്ച് ഇട്ടാൽ കത്തും. ജ്വാലകൾ ഉണ്ട്. കനലുമുണ്ട്. നെരിപ്പോടിന്റെ പുത്തൻ രൂപം

പണ്ട് തണുപ്പുകാലത്ത് പുലർച്ചെ ഉണങ്ങിയ കശുമാവിന്റെ ഇലകൾ കൂട്ടിയിട്ട് തീയിട്ട് തീക്കാഞ്ഞ കാലം ഓർമ്മ വന്നു ഈ കനലുകളും ജ്വാലയും കണ്ടപ്പോൾ. സവിതാ ഹാൻ സ്സാലിന്റെ വീട്ടിലെ ലിവിങ്ങ് റൂമിലെ നെരിപ്പോടാണിത്. വിറക് വേണ്ട. കശുമാവിലകൾ അടിച്ചുകൂട്ടികത്തിക്കണ്ട. സ്വിച്ചിട്ടാൽ മതി. കത്തിക്കോളും. കത്തുന്നത് വിറകല്ല. വിറകുകട്ടകൾ പോലുള്ള ഭാഗങ്ങൾ ചുകചുകാന്ന് മിന്നിമിന്നി കനലുകളായി മാറുന്നത് കാണാം. കുക്കിംഗ് ഗ്യാസിലാണ് ഈ നെരിപ്പോട് പ്രവർത്തിക്കുന്നത്. സ്വിച്ചിടുമ്പോഴുണ്ടാകുന്ന ഇഗ്നീഷ്യനിലാണ് ഗ്യാസ് കത്തുന്നത്. എല്ലാ വീടുകളിലും ഇതുകാണാം . സ്വീകരണ മുറിയിൽ ഒരു ഇൻസ്റ്റലേഷൻ പോലെ ചില്ലിട്ടുവച്ചിരിക്കുന്ന ചെറിയ നെരിപ്പോടുകൾ.

നെരിപ്പോട്, ബോൺ ഫയർ, അടുപ്പ് എന്നിങ്ങനെ പല പേരിൽ അറിയപ്പെടുന്ന ഈ സംഗതിക്ക് വിവിധ ഭാഗങ്ങളുണ്ട്. ഇതിന്റെ വാതിലിന് ഡാമ്പർ (damper) എന്ന് പേര്. ഉപയോഗിക്കാത്ത സന്ദർഭങ്ങളിൽ നെരിപ്പോട് അടച്ചിടാനാണ് ഈ വാതിൽ.

നെരിപ്പോടിന്റെ നില (floor) ത്തെ ഹേത്ത് (Hearth) എന്ന് വിളിക്കും. ഇതിന്, മുറിക്കകത്ത് ചൂട് വ്യാപിക്കാനായി ഉന്തി നിൽക്കുന്ന ഭാഗമുണ്ട്. ഈ കുഴൽ പോലുള്ള ഭാഗത്തെ outer hearth എന്ന്

വിളിക്കാം. അടുപ്പ് കല്ലാണ് Hearthstone. പഴയ മോഡൽ നെരിപ്പോടുകളുടെ ഭാഗങ്ങളാണിവ. പുതിയ രീതിയിലുള്ള നെരിപ്പോടുകളിൽ ഈ ഭാഗങ്ങൾ കാണണമെന്നില്ല. വിറക്, ഗ്യാസ്, വൈദ്യുതി, എത്തനോൾ തുടങ്ങിയ ഇന്ധനങ്ങളിൽ പ്രവർത്തിക്കുന്ന നെരിപ്പോടുകൾ ഉണ്ട്.

മുറിക്കകത്തെ താപനില ഉയർത്തുന്നതിനപ്പുറം ഭംഗിക്കും റൂമിനെ ലൈവാക്കുന്നതിനും നെരിപ്പോടിന്റെ ഡിസൈൻ ആകർഷകമാക്കുന്നതിനാണ് ഇന്ന് ആളുകൾ മുൻതൂക്കം നൽകുന്നത്.

നിരവധി തരത്തിലുള്ള നെരിപ്പോടുകൾ ഇപ്പോൾ ലഭ്യമാണ്. ആഡംബരവും സൗകര്യങ്ങളും ഏറുന്തോറും വിലയും വർധിക്കും എന്ന് മാത്രം.

28. കോണിങ്ങ് ടവർ

ലേഖകൻ കോണിങ്ങ് ടവറിന് മുൻപിൽ

അമേരിക്കൻ മലയാളിയും അൽബനിയിലെ പ്രധാനവ്യക്തിത്വവുമായ മൊയ്തീൻ പുത്തൻചിറയോടെപ്പമാണ് കോണിങ്ങ് ടവർ കാണാൻ പോയത്.കോണിങ് ടവർ സമുച്ചയത്തിലെ ഓഫീസുകളിൽ ഒന്നിലാണ് മൊയ്തീൻ ജോലി ചെയ്യുന്നത്.

നാൽപ്പത് നിലകളിലായി നൂറ്റി എൺപതോളം മീറ്റർ ഉയർന്നുനിൽക്കുന്ന വലിയ കെട്ടിടസമുച്ചയമാണ് കോണിങ് ടവർ. ന്യൂയോർക്ക് സംസ്ഥാനത്തിലെ ഏറ്റവും ഉയരം കൂടിയ കെട്ടിടം. സ്കൈസ്ക്രാപ്പർ

എന്ന ഇംഗ്ലീഷ് പദം കൊണ്ടാണ് ഇത്തരം കെട്ടിടങ്ങളെ വിശേഷിപ്പിക്കാറ്. ഇതിന് മലയാളം (അല്ല സംസ്കൃതം) അംബരചുംബി. ആകാശത്തെ ഉമ്മവെക്കുന്ന കെട്ടിടം.സ്ക്രാപ്പറിനെ ചുരണ്ടി, തോണ്ടി, മാന്തി എന്നൊക്കെ പരിഭാഷപ്പെടുത്താം. അതായത് ആകാശത്തെ ഉപദ്രവിക്കുന്ന, അതിന്റെ സ്വച്ഛതയെ, ശാന്തതയെ തകർക്കുന്ന ദ്രോഹികളാണ് ഇത്തരം കെട്ടിടങ്ങൾ എന്ന് പറയേണ്ടിവരും (വികസനത്തിന്റെ പാശ്ചാത്യ-പൗരസ്ത്യസങ്കൽപങ്ങൾ തമ്മിലുള്ള വ്യത്യാസമായി ഇതിനെ കാണുന്നത് അതിവായനയാണോ?).

ആൽബനിയിലെ ഈ കൂറ്റൻ കെട്ടിടം സ്ഥാപിച്ചത് ദീർഘകാലം ആൽബനി മേയർ ആയിരുന്ന എറസ്റ്റ്സ് കോർണിങ് രണ്ടാമൻ ആണ്.1983ൽ ആണ് ഇത്, സ്ഥാപിതമാകുന്നത്. നാല്പത്തി രണ്ടാം നിലയിലുള്ള നിരീക്ഷണ കവാടത്തിൽ (observation desk) നിന്ന്നോക്കിയാൽ എമ്പയർ സ്റ്റേറ്റ് പ്ലാസ, വെസ്റ്റേൺ മസാച്ചുസെറ്റിന്റെ ഭാഗങ്ങൾ, ഹഡ്സൺ നദീതടം, ആൽബനി തുറമുഖം, ദി കാറ്റ്സ്കിൽസ് എന്നിവയും കെട്ടിടത്തിലെ വലിയ ഫൗണ്ടയിനു സമീപത്തിരുന്നാൽ ന്യൂ യോർക്ക് സ്റ്റേറ്റ് ക്യാപിറ്റോൾ, ന്യൂയോർക്ക് സ്റ്റേറ്റ് മ്യൂസിയം എന്നിവയും കാണാം.

ന്യൂ യോർക്ക്സ്റ്റേറ്റ് ഓഫീസിന്റെ ജനറൽ സർവീസസ് കാര്യാലയം, ന്യൂയോർക്ക് ആരോഗ്യ വകുപ്പിന്റെ ഓഫീസുകൾ എന്നിവ കോണിങ് ടവറിലാണ് പ്രവർത്തിക്കുന്നത്.സാധാരണയായി വർഷത്തിൽ എല്ലാ ദിവസവും സന്ദർശകർക്കായി തുറന്നുകൊടുക്കുന്നു. പ്രവേശന പാസില്ല. പക്ഷെ, സുരക്ഷാപരിശോധനകളുമായി സഹകരിക്കണം.

ലേഖകൻ സംഘാംഗങ്ങൾക്കൊപ്പം

29. അടുക്കളഭരണം

അമേരിക്കയിലെ ആണുങ്ങൾ അടുക്കള പെണ്ണുങ്ങൾക്ക് മാത്രമായി വിട്ടുകൊടുക്കില്ലെന്ന വാശിയിലാണെന്ന് തോന്നുന്നു. (ചില അമേരിക്കൻ കുടുംബങ്ങൾ സന്ദർശിച്ചപ്പോഴുള്ള അനുഭവമാണ്- സാമാന്യവൽക്കരണമല്ല. 'You can't generalize or make theories through examples' എന്ന് പ്രമുഖ വിദ്യാഭ്യാസ ചിന്തകൻ രമാകാന്ത് അഗ്നിഹോത്രി ഒരിക്കൽ ഒരു ശിൽപശാലയിൽ പറഞ്ഞത് ഓർക്കുന്നു). എലിസബത്ത് യാനോഫിന്റെ കുടുംബത്തിന്റെ വിരുന്നിൽ പങ്കെടുക്കുകയുണ്ടായി. സെയിന്റ്റോസ് കോളജിലെ എജ്യുക്കേഷണൽ ടെക്നോളജി വിഭാഗത്തിലെ പ്രൊഫസറാണ് എലിസബത്ത്. അവരുടെ കുടുംബമാണ് എന്റെ ഫ്രണ്ട്ഷിപ്പ് ഫാമിലി. എന്നുവച്ചാൽ എന്റെ അമേരിക്കയിലെ ജീവിതത്തിന് വേണ്ടുന്ന സൗകര്യങ്ങൾ ചെയ്തു നൽകാൻ വേണ്ടി സെയിന്റ് റോസ് കോളജ് ചുമതലപ്പെടുത്തിയിരിക്കുന്നത് എലിസബത്തിനെയാണ്. ഇങ്ങനെ ഓരോ ഐ എൽ ഇ പി അംഗത്തിനും ഓരോ ഫ്രണ്ട്ഷിപ്പ് ഫാമിലിയുണ്ടാകും. അവരുടെ കുടുംബം ഒരുക്കുന്ന വിരുന്നിൽ പങ്കെടുക്കുക എന്നത് ഓരോ ഐ എൽ ഇ പി അംഗത്തിന്റെയും ഉത്തരവാദിത്തമാണ്. ഒരു വൈകുന്നേരമാണ് ഞങ്ങൾ പുറപ്പെട്ടത്. എലിസബത്ത് ഒരുക്കിയ വിരുന്നിൽ അവരുടെ ഭർത്താവ് ബ്രയാന്റെ നിയന്ത്രണത്തിലായിരുന്നു അടുക്കള. പാചകം മുതൽ പാത്രം കഴുകൽ വരെ അദ്ദേഹം തന്നെ. ആള് ചില്ലറക്കാരനല്ല. സയന്റിസ്റ്റ് ആണ്. പ്രസിദ്ധമായ ജി. ഇ. കമ്പനിയിൽ. പാചകത്തിൽ ബ്രയാൻ പ്രകടിപ്പിച്ച വേഗതയും കണിശതയും അപാരമായിരുന്നു. അടുക്കള സാമഗ്രികളെക്കുറിച്ചും ധാന്യഭരണികളെ കുറിച്ചും നല്ല ധാരണ. എലിസബത്ത് അടുക്കളയിൽ കൈക്കാരത്തി ആയി നിന്നതേ ഉള്ളൂ.

പാചകം, വിളമ്പൽ, പാത്രം കഴുകൽ തുടങ്ങിയവയിലെല്ലാം ഏകദേശം ഏകനായിരുന്നു ബ്രയാൻ. വിരുന്നിനുശേഷം ബ്രയാന്റെ ഗിറ്റാർ വായനയുമുണ്ടായി. അമേരിക്കൻ ഫോക്ക് ഗായകരായ സൈമൺ ആൻഡ് ഗോഫങ്കിളിന്റെ പ്രസിദ്ധമായ Are you coming to Scarborough fare, Silent night holy night, patterns തുടങ്ങിയ ഗാനങ്ങൾ അദ്ദേഹം ഗിറ്റാറിൽ വായിച്ചത് നന്നായി ആസ്വദിച്ചു. പിരിയാൻ നേരം ഫ്രഷ് ജ്യൂസ് ഉണ്ടാക്കി തന്നു ബ്രയാൻ. പക്ഷെ ഞങ്ങളെ തിരികെ കൊണ്ട് വിടാൻ പാതിരാത്രി ആയിട്ടും കാറുമായിക്കൂടെ വന്നത് ബ്രയാൻ അല്ല. എലിസബത്ത് ആയിരുന്നു.

കോളജിലെ ഞങ്ങളുടെ ചുമതലക്കാരി കൊളീൻ ആണ്. വാഷിങ്ടണിൽ നിന്ന് ഞങ്ങളെ അൽബാനിയിൽ എത്തിക്കുന്നത് കൊളീൻ തന്നെ. കൊളീൻ തപാലിയയുടെ വീട്ടിലും പാചകം കൊളീന്റെ ഭർത്താവ് തപാലിയ ആയിരുന്നു. നേപ്പാൾ സ്വദേശിയാണ് തപാലിയ. നേപ്പാൾകാരനായതുകൊണ്ടാവാം ഇന്ത്യൻ പാചകം നല്ല പരിചയമുണ്ട്. അതുകൊണ്ട് സ്പൈസി ആയ ഭക്ഷണം കഴിക്കാൻ പറ്റി. ചിക്കൻ ഉൾപ്പെടെ ഏത് മാംസവും മസാല ചേർക്കാതെ കഴിക്കുന്ന രീതിയാണ് പാശ്ചാത്യർക്ക്. തപാലിയ ഞങ്ങൾക്ക് നല്ല സ്പൈസി ആയ ചിക്കൻ കറി ഉണ്ടാക്കിത്തന്നു. പാത്രം കഴുകാനും അടുക്കള വൃത്തിയാക്കാനും തപാലിയ തന്നെ മുന്നിൽ.

ജോൺ ഫാൽകോ ഒരുക്കിയ വിരുന്നിലും സ്ഥിതി വ്യത്യസ്തമായിരുന്നില്ല. അടുക്കളയിലും ഡൈനിങ്ങ് റൂമിലും ആദ്യാവസാനക്കാരനായി നിറഞ്ഞുനിന്നത് ജോൺ തന്നെ. പാചകം നന്നായി വഴങ്ങുന്നു ജോണിനും.ഇതുപോലെ തന്നെയാണ് വിട്ടത്തെ എല്ലാ കുടുംബത്തിലും എന്ന് തോന്നുന്നു.ഏതായാലും ആണുങ്ങളുടെ അടുക്കള കൊള്ളാം.

30. സർവ്വരാജ്യ വിദ്യാർത്ഥികളേ

അന്താരാഷ്ട്ര വിദ്യാർത്ഥി സംഘടന ലോകത്തിലെ എല്ലാ മികച്ച സർവ്വകലാശാലകളിലും വളരെ സജീവവും ശക്തവുമാണ്. ലോകത്തിലെ വിവിധ രാജ്യങ്ങളിൽ നിന്നുള്ള വിദ്യാർത്ഥികൾ ചേക്കേറുന്ന ചില്ലകളാണ് ഇത്തരം സർവ്വകലാശാലകൾ. പഠനകാലയളവിൽ മാത്രം ഒന്നിച്ചു ചേരുകയും പിന്നീട് സ്വന്തം നാടുകളിലേക്ക് തിരികെ പറക്കുകയും ചെയ്യുന്ന ദേശാടന പക്ഷികൾ. ചിലർ ജോലി ആവശ്യാർഥമോ മറ്റു സാഹചര്യങ്ങൾ മൂലമോ ഇതര രാജ്യങ്ങളിലേക്കുള്ള ദേശാടനത്തിലായിരിക്കും. നാട്ടിൽ നിന്ന് മാറി ലോകത്തെവിടെയായിരുന്നാലും അവിടെ തനിക്ക് അതുവരെ ലഭിച്ചിട്ടുള്ള സംസ്കാരം, ഭാഷ, ജീവിതരീതികൾ, ആശയങ്ങൾ എന്നിവ അറിഞ്ഞോ അറിയാതെയോ വിനിമയം ചെയ്യപ്പെടുന്നു എന്ന അറിവ് ഓരോ വിശ്വവിദ്യാർത്ഥിയിലും ഉണ്ട് (ഏതു വിദേശത്തു പോന്നു വസിച്ചാലും ഏകാന്തപുത്രരാം കേരളീയർ എന്ന് വള്ളത്തോൾ). ഇതിന്, കൂടുതൽ വിശാലവും ഔപചാരികവുമായ വേദി ഒരുക്കുകയാണ് വിശ്വവിദ്യാർത്ഥിസംഗമങ്ങൾ.

ആൽബനിയിലെ സെയിന്റ് റോസ് കോളജിൽ അന്താരാഷ്ട്ര വിദ്യാർത്ഥി സംഘടന ഒരുക്കിയ വിശ്വവിദ്യാർത്ഥി സംഗമനിശ ലോകത്തിലെ വിവധ രാജ്യങ്ങളിലെ സംസ്കാരങ്ങളുടെ സംഗമവേദിയായി. ലോകത്തിന്റെ വിവിധ രാജ്യങ്ങളുടെ സംഗീതം , നൃത്തം, ഭാഷ, വേഷം, ഭക്ഷണം തുടങ്ങിയവയുടെ വൈവിധ്യപൂർണ്ണമായ സമ്മേളനം വിശാലമായ St.Joseph's Hall ൽ ഒത്തുകൂടിയ വിശ്വപൌരാവലിയെ വിസ്മയഭരിതരാക്കി. ലോകത്തിൻറെ വിവിധ ഭാഗങ്ങളിൽ നിന്നുള്ള വിദ്യാർഥികൾക്കും അധ്യാപകർക്കും അമേരിക്കയിലെ സന്ദർശകർക്കും

ആൽബനിയിലേയും സമീപ പ്രദേശങ്ങളിലേയും ജനങ്ങൾക്കും വിവിധ സംസ്കാരങ്ങളെ അടുത്തറിയാനുള്ള അവസരമാണ് ഈ സംഗമം ഒരുക്കിയത്. ഇന്ത്യ, ഫിലിപ്പിൻസ്, ഇന്തോനേഷ്യ, ശ്രീലങ്ക, ബ്രസിൽ, കെനിയ, ഘാന, ടാൻസാനിയ, ബറുണ്ടി, കോസ്റ്ററിക്ക, ഉഗാണ്ട, റുവാണ്ട, സിംബാബ്വെ, ഈജിപ്റ്റ് തുടങ്ങിയ രാജ്യങ്ങളുടെ വൈവിധ്യമാർന്ന സംഗീതവിഭാഗങ്ങൾ, നൃത്തരീതികൾ, ഭാഷ, വേഷം, ഭക്ഷണം ഇവയുടെ വൈവിധ്യമാർന്ന പ്രദർശനങ്ങൾ വിപുലമായ രീതിയിൽ ഇവിടെ ഒരുക്കുകയുണ്ടായി. അവ തുറന്നിട്ട അനന്തസാധ്യതകളുടെ വിഹായസ്സിൽ ഓരോ മനസും പറന്നു നടന്നു. സംസ്കാരങ്ങളിലെ വൈവിധ്യവും സാമ്യതകളും അടുത്തറിയുമ്പോൾ മനുഷ്യൻ ലോകത്തിലെ വിവധ ഭാഗങ്ങളിൽ വ്യത്യസ്ത കാലാവസ്ഥയിൽ വ്യത്യസ്ത ഭൂപ്രകൃതിയിൽ വസിക്കുമ്പോഴും എത്രമാത്രം സമാനമായ മനസ്സിന്റെ ഉടമയാണ് എന്ന തിരിച്ചറിവ് നമ്മുടെ അതിർത്തികളെ, അവയ്ക്കുമേലുള്ള യുദ്ധങ്ങളെ, ശത്രുതകളെ കൂടുതൽ കൂടുതൽ അപ്രസക്തമാക്കുന്നു.

ലേഖകൻ സംഘാംഗങ്ങൾക്കൊപ്പം

ആൽബനി വിശ്വവിദ്യാർത്ഥി സംഗമത്തിലെ സാംസ്കാരികനിശയിൽ വിവിധ രാജ്യങ്ങളിൽ നിന്നുള്ള ഭക്ഷണങ്ങളുടെ രുചിഭേദങ്ങളെ അടുത്തറിഞ്ഞു. മാംസം അടിസ്ഥാനമാക്കിയുള്ള ധാരാളം കറികൾ രുചിച്ചു നോക്കിയപ്പോൾ ഒരു കാര്യം ബോധ്യമായി. നമ്മുടേതുപോലെ സ്പൈസി ആയ കറികൾ ഒരു രാജ്യത്തും ഇല്ല. പലതും വെറുതെ

പുഴുങ്ങിയ ഇറച്ചിയാണ്. ചിലതിലാവട്ടെ മധുരം ചേർത്തിട്ടുണ്ടാവും. ബ്രസീലുകാരുടെ മുഖ്യമായ കറി ഒരു പ്രത്യേകതരം കറുത്ത വലിയ ബീൻസ് ഉപയോഗിച്ച് ഉണ്ടാക്കുന്നതാണ്. ബ്രസീലിയൻ ഫെൽജോദ സ്റ്റ എന്നറിയപ്പെടുന്ന ഈ വിഭവം black bean sausage, ham bacon and ham hocks ഇവ കൊണ്ടുള്ളതാണ്. ഇത് ചോറിനൊപ്പം (served with white rice) കഴിക്കാം. പടിഞ്ഞാറൻ ആഫ്രിക്കൻ രാജ്യങ്ങളിലെ പ്രധാന പലഹാരമായ ദോഡ (Doda) തിരിവിതാം കൂറുകാരുടെ ഏത്തക്ക പൊരിച്ചത് (മലബാറുകാരുടെ പഴംപൊരി) തന്നെ. ഉഷ്ണമേഖല രാജ്യങ്ങളുടെ കൃഷിയിൽ വാഴയ്ക്കുള്ള സ്ഥാനം ഓർമ്മിക്കുക. പക്ഷെ പഴം പൊരിയിൽ നമ്മൾ ഉപയോഗിക്കുന്നത് പോലെ മൈദയുടെയോ ഗോതമ്പ് പൊടിയുടെയോ പൊതി (cover) ഉണ്ടാവില്ല. ഇത് ഒരു മുഴുവൻ പഴം രണ്ടോ മൂന്നോ കഷണങ്ങളാക്കി പോരിക്കുന്നതാണ്, ഉന്നക്കായ പോലെ. ചപ്പാത്തി പോലുള്ള സാധനം ത്രികോണകൃതിയിൽ മുറിച്ചുണ്ടാക്കുന്ന മറ്റൊരു വിഭവവും കണ്ടു. ഈ ഭക്ഷണം എനിക്ക് ഇഷ്ടമായി. പപ്പടത്തോട് സാമ്യമുള്ള ഈ ഭക്ഷണം കോൺ, ഉരുളക്കിഴങ്ങ് പൊടി ഇവ കൊണ്ട് ഉണ്ടാക്കുന്നതാണ്. ഓരോ രാജ്യത്തിന്റെയും ഭൂപ്രകൃതി കാലാവസ്ഥ എന്നിവ അവിടുത്തെ ഭക്ഷണ രീതികളെ സ്വാധീനിക്കുന്നു എന്ന അറിവുകൂടി സമ്മാനിക്കുന്നതായിരുന്നു ഈ ഭക്ഷ്യമേള .

5. അമലം

ആൽബനിയിലെ ഏറ്റവും പഴക്കം ചെന്ന കെട്ടിടങ്ങളിൽ ഒന്നാണ് The Cathedral of the Immaculate Conception. ഇത് ഒരു Roman Catholic church ആണ്. 1850 ൽ ആണ് ഇതിൻറെ നിർമ്മാണം പൂർത്തിയായത്. Patrick Keelyഎന്ന Irish American architect ആൽബനിയിലെ കാത്തലിക് വിഭാഗത്തിൻറെ ആവശ്യാർത്ഥം 1845 ൽ ആണ് ഇത് ഡിസൈൻ ചെയ്തത്. അഞ്ചു വർഷമെടുത്താണ് ഇതിന്റെ നിർമ്മാണം പൂർത്തിയാക്കിയത് . ന്യൂയോർക്ക് സംസ്ഥാനത്തിലെ ഏറ്റവും പഴക്കം ചെന്ന രണ്ടാമത്തെ കത്തീഡ്രൽ ആണ് ഇത്.

ഇത്രയും ഈ കത്തീഡ്രലിനെക്കുറിച്ച് പറയാം. പക്ഷെ immaculate conception എന്ന പ്രയോഗവും അതിന്റെ മലയാള പരിഭാഷയായ അമലോത്ഭവവും ചില ചിന്തകൾ ശേഷിപ്പിച്ചു.

Having no stain or blemish എന്നാണ് ഓക്സ്ഫഡ് ഡിക്ഷണറി immaculate എന്ന പദത്തിന് അർത്ഥം നൽകുന്നത്. മലിനീകരിക്കപ്പെടാത്ത എന്ന അർത്ഥത്തിൽ അമലം എന്ന പദം മലയാളത്തിലുണ്ട്.

Were but my soul as pure From other guilt as that, Heaven did not hold One more immaculate. — Sir John Denham ഉം

Thou sheer, immaculate and silver fountain. — Shakespeare ഉം immaculate എന്ന പദത്തെ സമർത്ഥമായി ഉപയോഗിച്ചിട്ടുണ്ട്.

Conception എന്ന പദത്തെ the State of being conceivedഎന്നാണ്നിഘണ്ടു നിർവചിക്കുന്നത്. ഇത് പക്ഷെ ഉത്ഭവം ആണ്. മലയാളത്തിൽ. ഗർഭാവസ്ഥ എന്നല്ല.

ബൈബിൾ പുതിയ നിയമം മത്തായിയുടെ സുവിശേഷത്തിൽ മറിയത്തിൽ ഗർഭധാരണത്തെ കുറിച്ചും യേശുവിന്റെ ജനനത്തെ കുറിച്ചും സവിസ്തരം പ്രതിപാദിക്കുന്നുണ്ട്.

1:16 യാക്കോബ് മറിയയുടെ ഭർത്താവായ യോസേഫിനെ ജനിപ്പിച്ചു. അവളിൽനിന്നു ക്രിസ്തു എന്നു പേരുള്ള യേശു ജനിച്ചു.

1:18 എന്നാൽ യേശുക്രിസ്തുവിന്റെ ജനനം ഇങ്ങനെയായിരുന്നു.

അവന്റെ അമ്മയായ മറിയ യോസേഫിന്നു വിവാഹം നിശ്ചയിക്കപ്പെട്ടശേഷം അവർ കൂടിവരുമ്മുമ്പെ പരിശുദ്ധാത്മാവിനാൽ ഗർഭിണിയായി എന്നു കണ്ടു.

1:19 അവളുടെ ഭർത്താവായ യോസേഫ് നീതിമാനാകകൊണ്ടും അവൾക്കു ലോകാപവാദം വരുത്തുവാൻ അവന്നു മനസ്സില്ലായ്കകൊണ്ടും അവളെ ഗുഢമായി ഉപേക്ഷിപ്പാൻ ഭാവിച്ചു.

1:20 ഇങ്ങനെ നിനച്ചിരിക്കുമ്പോൾ കർത്താവിന്റെ ദൂതൻ അവന്നു സ്വപ്നത്തിൽ പ്രത്യക്ഷനായി: ദാവീദിന്റെ മകനായ യോസേഫേ, നിന്റെ ഭാര്യയായ മറിയയെ ചേർത്തുകൊൾവാൻ ശങ്കിക്കേണ്ടാ; അവളിൽ ഉല്പാദിതമായതു പരിശുദ്ധാത്മാവിനാൽ ആകുന്നു.

1:21 അവൾ ഒരു മകനെ പ്രസവിക്കും; അവൻ തന്റെ ജനത്തെ അവരുടെ പാപങ്ങളിൽനിന്നു രക്ഷിപ്പാനിരിക്കകൊണ്ടു നീ അവന്നു യേശു എന്നു പേർ ഇടേണം എന്നു പറഞ്ഞു.

1:22 "കന്യക ഗർഭിണിയായി ഒരു മകനെ പ്രസവിക്കും. അവന് ദൈവം നമ്മോടുകൂടെ എന്നർത്ഥമുള്ള ഇമ്മാനുവേൽ എന്നു പേർവിളിക്കും"

1:24 യോസേഫ് ഉറക്കം ഉണർന്നു. കർത്താവിന്റെ ദൂതൻ കല്പിച്ചതു പോലെ ചെയ്തു, ഭാര്യയെ ചേർത്തുകൊണ്ടു.

1:25 മകനെ പ്രസവിക്കുംവരെ അവൻ അവളെ പരിഗ്രഹിച്ചില്ല. മകന് അവൻ യേശു എന്നു പേർ വിളിച്ചു.

അങ്ങനെ immaculate conception ഇംഗ്ലീഷിലും അമലോത്ഭവം മലയാളത്തിലും ഉണ്ടായിവന്നു.

32. നടാഷയുടെ കാര്യം

നടാഷ പതിനാറ് വർഷങ്ങൾക്ക് മുൻപ് അമേരിക്കയിലേക്ക് കുടിയേറിയ അൽബേനിയക്കാരിയാണ്. ഞങ്ങളുടെ ഡോമിലെ ഹൗസ് മെയ്ഡ്. പുലർച്ചെ എത്തും. എല്ലാ കാര്യങ്ങളും ചുറുചുറുക്കോടെ പുഞ്ചിരിച്ചുകൊണ്ട് ചെയ്യും. ഒരുപാട് സഹനങ്ങളുടെ വടുക്കൾ വീഴ്ത്തിയ വലിയ വട്ടമുഖത്തെ പ്രകാശപൂരിതമാക്കുന്ന പുഞ്ചിരിയാണ് നടാഷ.

യൂറോപ്പിന്റെ തെക്കു കിഴക്ക്, മെഡിറ്ററേനിയൻ തീരത്തുള്ള അൽബേനിയ ഈ മേഖലയിലുള്ള മറ്റ് രാജ്യങ്ങളുമായി തട്ടിച്ചു നോക്കുമ്പോൾ വികസന കാര്യത്തിൽ വളരെ പിറകിലാണ്. അതുകൊണ്ട് തന്നെ സമ്പന്നരാജ്യങ്ങളിലേക്ക് കുടിയേറിപ്പാർക്കുന്ന അൽബേനിയക്കാരുടെ എണ്ണം അനുദിനം ഏറിവരുന്നു.

യൂറോപ്പിലെ ഏറ്റവും പ്രാചീന ജനവിഭാഗങ്ങളുടെ നാടാണ് അൽബേനിയ. റോമൻ സാമ്രാജ്യത്തിലെ ഇലീറിയ, എപ്പിറസ് എന്നീ പ്രവിശ്യകളുടെ ഭാഗമായിരുന്ന ഈ പ്രദേശം റോമൻ സാമ്രാജ്യത്തിന്റെ ശിഥിലീകരണത്തോടെ ബൈസാന്തിയൻ സാമ്രാജ്യത്തിന് കീഴിലായി.1478-ൽ അൽബേനിയ തുർക്കികളുടെ കീഴിലായി. അധിനിവേശങ്ങളുടെ കുതിരക്കുളമ്പടികൾ ഒരുപാട് തവണ നെഞ്ചേറ്റിയ നാടാണ് അൽബേനിയ. ഒന്നോർത്താൽ എത്രയെത്ര യുദ്ധങ്ങളിലൂടെയും രക്തച്ചൊരിച്ചിലുകളിലൂടെയുമാണ് ഓരോ ജനവിഭാഗവും കടന്നുപോകുന്നത്! അങ്ങനെ നോക്കുമ്പോൾ നിസ്സഹകരണവും അഹിംസയും ആയുധമാക്കി 'എന്റെ രാജ്യം വിട്ടു പോകു' എന്ന് നിവർന്നുനിന്ന് പറഞ്ഞ് സ്വാതന്ത്ര്യം നേടിയ ഒരു രാജ്യം നമ്മുടേത് മാത്രമാണെന്നത് ചരിത്രസാക്ഷ്യം. ഉള്ളറങ്ങുകളിലെ പടയൊരുക്കങ്ങളും രക്തചൊരിച്ചിലുകളും നമുക്ക് സൗകര്യപൂർവ്വം മറക്കാം.

ഇനി നടാഷയിലേക്ക് തിരിച്ച് വരാം.

കുട്ടിക്കാലം മുതൽക്കേ വളരെ പരിചിതമായ പേരാണ് നടാഷ. സോവിയറ്റ് നാട്ടിൽ നിന്നുള്ള എഴുത്തുകളിൽ നിറഞ്ഞുനിൽക്കുന്ന പേര്. Birthday of the Lord - ക്രിസ്തുമസ് നാളിൽ ഭൂജാതയാകുന്ന വ്യക്തി - അതാണ് നടാഷ എന്നതിൻറെ റഷ്യൻ അർത്ഥം. ഗ്രീക്കിൽ ഈ വാക്കിന് ഉയിർത്തെഴുന്നേൽപ്പ് എന്നും ഉർദുവിൽ അള്ളാഹുവിൻറെ സമ്മാനം (Gift of Allah) എന്നും അറബിയിൽ കരുത്തുള്ള (strong and powerful)എന്നും അർത്ഥമുണ്ട്.

ടോൾസ്റ്റോയിയുടെ 'യുദ്ധവും സമാധാനവും' ബിബിസിയുടെ ബിഗ്ബജറ്റ് ടെലിവിഷൻ സീരിയലായപ്പോൾ, നടാഷ റോസ്റ്റോവയായി വേഷമിട്ട ലിലി ജെയിംസ്. Photo: BBC

വിശ്വപ്രസിദ്ധമായ അനേകം കൃതികളിൽ ഇടം നേടിയ പേരാണ് നടാഷ. കുട്ടിക്കാലത്തെ സോവിയറ്റ്നാടിന്റെ വായനയിലൂടെ നടാഷ അയൽപക്കത്തെ കൂട്ടുകാരിയായി. ധൈര്യവും സ്ഥൈര്യവുമുള്ള കഥാപാത്രങ്ങൾക്ക് നടാഷ എന്ന് പേരിടാൻ രണ്ടാമതൊന്ന് ആലോചിക്കേണ്ടതില്ല. ഫയദോർ ഡൊസ്റ്റോയെവ്സ്കിയുടെ കൃതികളിലുമുണ്ട് നടാഷ. ഇഡിയറ്റ്, നിന്ദിതരും പീഡിതരും, കാരമസോവ് ബ്രദേഴ്സ് എന്നിവയിലെല്ലാം നടാഷ മിഴിവോടെ നിൽക്കുന്നു. ടോൾസ്റ്റോയിയുടെ യുദ്ധവും സമാധാനവും മാക്സിം ഗോർക്കിയുടെ അമ്മ എന്നിവയിലൂടെയെല്ലാം അപരിചിതത്വം കളഞ്ഞ് കൂടെ കൂടിയ കഥാപാത്രമാണ് നടാഷ. നടാഷ

എന്ന പേരിന് ഒരു ആർജ്ജവമുണ്ട്. കാലത്തെ അതിജീവിച്ച നിൽക്കു ന്നു ഈ പേര്. ഇങ്ങ് ഈ കൊച്ചുകേരളത്തിൽ ഇരുന്നുകൊണ്ട് നടാഷ എന്ന് കേൾക്കുമ്പോൾ എത്രയെത്ര വിഖ്യാത ഗ്രന്ഥങ്ങൾ മനസിലേ ക്കോടിയെത്തുന്നു!

മലയാളത്തിൽ ഇങ്ങനെ നിവർന്ന നട്ടെല്ലോടെ മനസിലേക്ക് ഓടി വരുന്ന സ്ത്രീ കഥാപാത്രങ്ങളുണ്ടോ? ആദ്യം ഓർമ്മ വരുന്നത് ഇന്ദുലേഖ യാണ്. കണ്ണഴി മൂർക്കില്ലത്ത് സൂരിനമ്പൂതിരിയെ വേണ്ടെന്നു തീരുമാനിച്ച വിദ്യാസമ്പന്നയായ, സുന്ദരിയായ ഇന്ദുലേഖ. പത്തൊമ്പതാം നൂറ്റാ ണ്ടിലെ ലക്ഷണമൊത്ത നോവലിലെ ലക്ഷണമൊത്ത നായിക. ഇന്ദു ലേഖയെ മറികടന്ന വേറെയും എത്രയെത്ര കഥാപാത്രങ്ങൾ! ഒറോത, രാച്ചിയമ്മ, സുഹറ അങ്ങനെ ആ പട്ടിക നീളുന്നു.

നടാഷ എന്ന പേര് മകൾക്കിടാൻ കൊതിച്ചതാണ്. പക്ഷേ വിദേശപേര് വേണ്ട എന്ന കാരണത്താൽ അത് മാറ്റിവെക്കേണ്ടി വന്നു. എന്നാലും നടാഷ നടാഷ തന്നെ. കരുത്തരായ ആ കഥാപാത്രങ്ങളെ ഓർമ്മയിലേക്ക് കൊണ്ടുവന്ന ഞങ്ങളുടെ ഡോർമെറ്ററിയിലെ അൽബേ നിയക്കാരി നടാഷയ്ക്ക് നന്ദി. പോരാട്ടവീര്യത്തിന്റെ കനൽപാതകൾ താണ്ടിയതിന്റെ ധാരാളം വീരകഥകളുണ്ട് നടാഷയ്ക്ക് പറയാൻ. സ്വന്തം നാട്ടും വീട്ടും ഉപേക്ഷിച്ച് മറ്റൊരു രാജ്യത്തിലേക്ക് കുടിയേറിയതിന്റെ കഥകൾ. ഒരു ജീവിതം കെട്ടിപ്പടുക്കുന്നതിനുവേണ്ടി അനുഭവിച്ച തീർത്ത സഹനങ്ങളുടെ കണ്ണീരുപ്പുപറ്റിയ കഥകൾ.

33. ഭാഷണ വിശേഷങ്ങൾ

അമേരിക്കക്കാരുടെ സംഭാഷണം സൂക്ഷമായി ശ്രദ്ധിച്ചപ്പോൾ, അവരോടു സംസാരിച്ചപ്പോൾ മനസ്സിലായ ഒരു കാര്യമുണ്ട്. അധികം ഉറക്കെ സംസാരിക്കുന്നവരല്ല ആരും. മെല്ലെ ശബ്ദം താഴ്ത്തി മാത്രം സംസാരിക്കുന്നവർ. വേഗത്തിൽ സംസാരിക്കുമ്പോൾ പോലും ശബ്ദം ഉയരാതിരിക്കാൻ ഇവർ ശ്രദ്ധിക്കുന്നു. വളരെ അകലെ നിന്ന് സംസാരിക്കുമ്പോൾ പോലും അങ്ങനെ തന്നെ. അത് ഒട്ടും ബോധപൂർവമല്ല. എന്താവാം കാരണം?

ഒരു പ്രദേശത്തിന്റെ ഭൂപ്രകൃതിയും കാലാവസ്ഥയും അവിടുത്തെ ഭാഷയും തമ്മിൽ വളരെയധികം ബന്ധപ്പെട്ടുകിടക്കുന്നു. മനുഷ്യന്റെ ജീവിതരീതിക്കൊപ്പം അതാതിടത്തെ ഭാഷയേയും രൂപപ്പെടുത്തുന്നതിൽ ഇത് നിർണ്ണായക പങ്കു വഹിക്കുന്നുണ്ട്. സംസാരഭാഷയിൽ വളരെ പ്രകടമായ രീതിയിൽ കാലാവസ്ഥയുടേയും അന്തരീക്ഷസ്ഥിതിയുടേയും സ്വാധീനം കാണാൻ സാധിക്കും. ഉഷ്ണമേഖലാ പ്രദേശങ്ങളിലുള്ളവർ ശൈത്യമേഖലയിലുള്ളവരെ അപേക്ഷിച്ച് ഉറക്കെ സംസാരിക്കുന്നവരാണെന്ന് വേണം കരുതാൻ. അമേരിക്കയിലും ഇംഗ്ലണ്ടിലുമൊക്കെയുള്ളവർക്ക് പതിയെ സംസാരിച്ചാൽതന്നെ ശബ്ദം അത്ര അകലെയല്ലാത്ത ആളുകളിലേക്ക് എത്തിക്കുവാൻ കഴിയും. തണുപ്പ് തന്നെ ഇതിന് പ്രധാന കാരണം. തണുപ്പ് മൂലം സാന്ദ്രതയേറിയ വായുവിൽ ശബ്ദതരംഗങ്ങൾ വേഗത്തിൽ (ചിതറിപ്പോകാതെയും) സഞ്ചരിക്കുന്നു. ഇത് ഇംഗ്ലിഷ് ഭാഷയുടെ ഉച്ചാരണ രീതിയെപ്പോലും സ്വാധീനിച്ചിട്ടുണ്ട്. ഒരു വാക്യത്തിലെ എല്ലാ വാക്കുകളും അമർത്തി (stressed) സംസാരിക്കുന്നില്ല ഇംഗ്ലീഷുകാർ. അവരുടെ വാചകങ്ങളിൽ അമർത്തി ഉച്ചരിക്കാത്ത പദങ്ങളും (unstressed) അമർത്തി ഉച്ചരിക്കുന്ന പദങ്ങളും (stressed

)ഉണ്ടാവും. എന്നാൽ ചൂടുകൂടിയ രാജ്യങ്ങളിൽ സ്ഥിതി ഇതല്ല. ഇവിടങ്ങളിൽ ചൂടുകൊണ്ട് വായുകണങ്ങൾ അകന്ന് സ്ഥിതി ചെയ്യുന്നതിനാൽ വലിയ ശബ്ദത്തിൽ സംസാരിക്കുവാൻ അവിടത്തുകാർ നിർബന്ധിതരാകുന്നു. നമ്മൾ മലായാളികൾ ഉറക്കെ സംസാരിക്കുന്നവർ ആയതിന് വേറെ കാരണം തിരയേണ്ടതില്ല. ഇംഗ്ലിഷിലേതു പോലെ ഉച്ചരിക്കാത്ത അക്ഷരങ്ങൾ (Silent letters) ഈ ഭാഷകളിൽ ഇല്ലാത്തതിന് ഒരു കാരണം ഇതാവാം.

അതുപോലെ വിവിധ മേഖലകളിലെ മനുഷ്യരുടെ സ്വനതന്തുക്കൾക്കും (Vocal chords) ശ്വാസകോശത്തിനുമൊക്കെയുള്ള വ്യത്യാസവും പുറപ്പെടുവിക്കുന്ന ശബ്ദത്തെ വലിയതോതിൽ സ്വാധീനിക്കുന്നുണ്ട്. ഓരോ രാജ്യത്തിന്റെയും ഉഷ്ണനിലവാരം (താപനില) അതാത് രാജ്യത്തിന്റെ സംഭാഷണ ചരിത്രത്തെ നിർണ്ണയിക്കുന്നുണ്ട്. അമേരിക്കക്കാർ മെല്ലെ സംസാരിക്കുന്നവരും നമ്മൾ ഉറക്കെ സംസാരിക്കുന്നവരും ആയതിന് കാരണവും അതുതന്നെ. സ്വതവേ ശാന്തശീലരായ ആളുകളാണ് ഇവർ എന്ന പ്രതീതി ജനിപ്പിക്കാൻ ഇതുമൂലം ഇവർക്ക് സാധിക്കുന്നുണ്ട്.

35. മരിക്കാത്ത ഒരുപിടി ഓർമ്മകൾ

അമേരിക്കൻ സുഹൃത്തുക്കളുടെ ഹൃദ്യമായ പെരുമാറ്റവും കെയർടേക്കിങ്ങും എടുത്തു പറയേണ്ടുന്ന സംഗതികളാണ്. ആലിംഗനങ്ങളും സമ്മാനങ്ങളുമായി അവർ ആതിഥേയരുടെ ഭാഗം നന്നായി തന്നെ കൈകാര്യം ചെയ്യുന്നു. അമേരിക്കൻ ക്ലാസ് മുറികൾ പരിചയപ്പെടുന്നതിന് വേണ്ടി കേവലം ഒരു മാസക്കാലമാണ് ഫാൺസ് വർത്ത് മിഡിൽ സ്കൂളിൽ ചിലവഴിച്ചത്. ഈ കാലത്തിനിടയിൽ നാൻസി ബ്ലൂമറുമൊത്തുള്ള സഹ അധ്യാപനം (co- teaching) സാരവത്തായ നിരവധി ക്ലാസ് റൂം അനുഭവങ്ങൾ പ്രദാനം ചെയ്യുന്നതായിരുന്നു.

സ്കൂൾ വിസിറ്റ് അവസാനിപ്പിച്ച് തിരിച്ചുവരാൻ നേരത്ത് നാൻസി ബ്ലൂമർ എനിക്ക് ഒരു ഗിഫ്റ്റ് പാക്കെറ്റ് നൽകി. എന്തായിരിക്കും പാക്കെറ്റിനകത്ത് എന്ന് അധികം ആലോചിക്കേണ്ടി വന്നില്ല. നല്ല വായനക്കാരി,

പ്രത്യേകിച്ച് educational strategy യിൽ തല്പരയായ നാൻസി (ഇവിടുത്തെ അധ്യാപക പരിശീലനങ്ങളിൽ നാൻസി സ്ഥിരം ക്ഷണിതാവാണ്) ഈ വിഷയങ്ങൾ പ്രതിപാദിക്കുന്ന പുസ്തകങ്ങളുടെ വലിയ ഒരു കെട്ട് ആയിരുന്നു ആ സമ്മാനം.

ഡോ. ജോൺ ഫാൽകോ എന്നും ഞങ്ങളോടൊപ്പമുണ്ട്. ഡോമിലും ക്ലാസ് മുറിയിലും യാത്രാവേളകളിലും ഞങ്ങൾക്ക് എല്ലാ സൗകര്യങ്ങളും ലഭ്യമാണെന്നും ഒരു തരത്തിലുള്ള ബുദ്ധിമുട്ടുകളും അനുഭവപ്പെടുന്നില്ലെന്നും ഉറപ്പുവരുത്താൻ ജോൺ ആവുന്നതൊക്കെ ചെയ്യുന്നുണ്ട്. എല്ലാ വൈകുന്നേരങ്ങളിലും ഞങ്ങളുടെ സുഖസൗകര്യങ്ങൾ അന്വേഷിക്കുന്നതിനുവേണ്ടി പ്രത്യേക യോഗങ്ങൾ തന്നെ സംഘടിപ്പിക്കാറുണ്ട്.ഇതിൽ എല്ലാ ഐ എൽ ഇ പി അംഗങ്ങളുടേയും നിർദ്ദേശങ്ങളും പരാതികളും (?) സശ്രദ്ധം ജോൺ കേൾക്കുകയും പരിഹാര നടപടികൾ സ്വീകരിക്കുകയും ചെയ്യും.

എലിസബത്ത് യാനോഫ്, കൊളീൻ ഫ്ലിൻ തപാലിയ, മാർക്ക്, ആജ, ടോം റോസൻബർഗ് തുടങ്ങി എല്ലാവരും മത ദേശ ഭാഷാ വ്യത്യാസങ്ങൾ പരിഗണിക്കാതെ സ്നേഹവും വാത്സല്യവും നൽകി. അമേരിക്കൻ മലയാളികളായ മൊയ്തീൻ പുത്തൻചിറ, വിജയമ്മ, അനീഷ്, മനീഷ്, ഡൽഹി സ്വദേശിയും സെയിന്റ് റോസ് കോളജിലെ പ്രൊഫസറുമായ ഡോ.സവിത ഹാൻസ്പാൽ തുടങ്ങിയവരുടെയും സ്നേഹപൂർവ്വമായ ഇടപെടൽ ഞങ്ങൾക്ക് എന്നും തുണയായിരുന്നു.

ചുരുക്കത്തിൽ ആതിഥേയത്വത്തിന്റെ പുതിയ അധ്യായങ്ങൾ ഇവരിൽ നിന്ന് പഠിച്ചെടുക്കുകയായിരുന്നു ഞങ്ങൾ

വിദ്യാഭ്യാസത്തിന് മുതൽക്കൂട്ടാവുന്ന നിരവധി അനുഭവങ്ങൾ. സംതൃപ്തി യോടെപറയാം, ഈ നാലരമാസക്കാലം വൃഥാവിലായില്ലെന്ന്.

ഞങ്ങൾക്കൊപ്പം ബ്രസീലിൽനിന്നുള്ള വെബ്ബറെപോലെ ലിസിയയെപോലെ ഫിലിപ്പിന്സിബൽ നിന്നുള്ള ബേണബിയെ പോലെ മരിയയെപോലെ നൂറുശതമാനം അടിച്ചുപൊളിച്ചു ജീവിക്കുന്നവർ പോലും ഗൗരവത്തോടെ പല കാര്യങ്ങളും പഠിച്ചു.

ഇവിടെ കണ്ട പലരും ജോലിയോട് അങ്ങേയറ്റം ആത്മാർത്ഥത പുലർത്തുന്നവർ. ആത്മാർപ്പണം നടത്തുന്നവർ. നൻമ കണ്ട് നൻമ പകരാൻ നമുക്ക് സാധിക്കട്ടെ എന്നതായിരുന്നു വേർപിരിയലിൻ സമാഗമവേദിയിൽ എല്ലാവരും ആശംസിച്ചത്.

36.സയനോരാ പറയുമ്പോൾ

2014 മെയ് 14ന് വാഷിംഗ്ടൺ ഡിസിയിൽനിന്ന് പതിനാറു രാജ്യങ്ങളിൽ നിന്നുള്ള അറുപത്തിനാലുപേർ അവരവരുടെ ദേശങ്ങളിലേക്ക് തിരികെ പോകുമ്പോൾ അതുതന്നെയായിരുന്നു ഞങ്ങളുടെ മനസ്സും ആഗ്രഹിച്ചത്.

നൻമയെകണ്ട് നൻമപകരുവാൻ സാധിക്കട്ടെ

എങ്ങും നൻമ പുലരട്ടെ!

സ്കൂൾ വിസിറ്റ് അവസാനിപ്പിച്ച് തിരിച്ചുവരാൻ നേരത്ത് നാൻസി ബ്ലൂമർ എനിക്ക് ഒരു ഗിഫ്റ്റ് പാക്കെറ്റ് നൽകി. എന്തായിരിക്കും പാക്കെറ്റിനകത്ത് എന്ന് അധികം ആലോചിക്കേണ്ടി വന്നില്ല. നല്ല വായനക്കാരി, പ്രത്യേകിച്ച് educational strategy യിൽ തല്പരയായ നാൻസി (ഇവിടുത്തെ അധ്യാപക പരിശീലനങ്ങളിൽ നാൻസി സ്ഥിരം ക്ഷണിതാവാണ്) ഈ വിഷയങ്ങൾ പ്രതിപാദിക്കുന്ന പുസ്തകങ്ങളുടെ വലിയ ഒരു കെട്ട് ആയിരുന്നു ആ സമ്മാനം.

ഡോ. ജോൺ ഫാൽകോ എന്നും ഞങ്ങളോടൊപ്പമുണ്ട്. ഡോമിലും ക്ലാസ് മുറിയിലും യാത്രാവേളകളിലും ഞങ്ങൾക്ക് എല്ലാ സൗകര്യങ്ങളും ലഭ്യമാണെന്നും ഒരു തരത്തിലുള്ള ബുദ്ധിമുട്ടുകളും അനുഭവപ്പെടുന്നില്ലെന്നും ഉറപ്പുവരുത്താൻ ജോൺ ആവുന്നതൊക്കെ ചെയ്യുന്നുണ്ട്. എല്ലാ വൈകുന്നേരങ്ങളിലും ഞങ്ങളുടെ സുഖസൗകര്യങ്ങൾ അന്വേഷിക്കുന്നതിനുവേണ്ടി പ്രത്യേക യോഗങ്ങൾ തന്നെ സംഘടിപ്പിക്കാറുണ്ട്.ഇതിൽ എല്ലാ ഐ എൽ ഇ പി അംഗങ്ങളുടേയും നിർദ്ദേശങ്ങളും പരാതികളും (?) സശ്രദ്ധം ജോൺ കേൾക്കുകയും പരിഹാര നടപടികൾ സ്വീകരിക്കുകയും ചെയ്യും.

എലിസബത്ത് യാനോഫ്, കൊളീൻ ഫ്ലിൻ തപാലിയ, മാർക്ക്,

ആജ, ടോം റോസൻബർഗ് തുടങ്ങി എല്ലാവരും മത ദേശ ഭാഷാ വ്യത്യാസങ്ങൾ പരിഗണിക്കാതെ സ്നേഹവും വാത്സല്യവും നൽകി. അമേരിക്കൻ മലയാളികളായ മൊയ്തീൻ പുത്തൻചിറ, വിജയമ്മ, അനീഷ്, മനീഷ്, ഡൽഹി സ്വദേശിയും സെയിന്റ് റോസ് കോളജിലെ പ്രൊഫസറുമായ ഡോ.സവിത ഹാൻസ്സാൽ തുടങ്ങിയവരുടെയും സ്നേഹപൂർവ്വമായ ഇടപെടൽ ഞങ്ങൾക്ക് എന്നും തുണയായിരുന്നു.

ചുരുക്കത്തിൽ ആതിഥേയത്വത്തിന്റെ പുതിയ അധ്യായങ്ങൾ ഇവരിൽ നിന്ന് പഠിച്ചെടുക്കുകയായിരുന്നു ഞങ്ങൾ

വിദ്യാഭ്യാസത്തിന് മുതൽക്കൂട്ടാവുന്ന നിരവധി അനുഭവങ്ങൾ. സംതൃപ്തി യോടെപറയാം, ഈ നാലരമാസക്കാലം വൃഥാവിലായില്ലെന്ന്.

ഞങ്ങൾക്കൊപ്പം ബ്രസീലിൽനിന്നുള്ള വെബ്ബറെപോലെ ലിസിയയെപോലെ ഫിലിപ്പിന്സിബൽ നിന്നുള്ള ബേണബിയെ പോലെ മരിയയെപോലെ നൂറുശതമാനം അടിച്ചുപൊളിച്ചു ജീവിക്കുന്നവർ പോലും ഗൗരവത്തോടെ പല കാര്യങ്ങളും പഠിച്ചു.

ഇവിടെ കണ്ട പലരും ജോലിയോട് അങ്ങേയറ്റം ആത്മാർത്ഥത പുലർത്തുന്നവർ. ആത്മാർപ്പണം നടത്തുന്നവർ. നൻമ കണ്ട് നൻമ പകരാൻ നമുക്ക് സാധിക്കട്ടെ എന്നതായിരുന്നു വേർപിരിയലിൻ സമാഗമവേദിയിൽ എല്ലാവരും ആശംസിച്ചത്.

വാഷിംഗ്ടൺ ഡിസിയിൽനിന്ന് പതിനാറു രാജ്യങ്ങളിൽ നിന്നുള്ള അറുപത്തിനാലുപേർ അവരവരുടെ ദേശങ്ങളിലേക്ക് തിരികെ പോകുമ്പോൾ അതുതന്നെയായിരുന്നു ഞങ്ങളുടെ മനസ്സും ആഗ്രഹിച്ചത്.

നൻമയെകണ്ട് നൻമപകരുവാൻ സാധിക്കട്ടെ

എങ്ങും നൻമ പുലരട്ടെ!

അനുഭവങ്ങളുടെ ഐസ് ക്യൂബുകൾ

ഡോ. പി വി പുരുഷോത്തമൻ

വിദ്യാഭ്യാസ പ്രവർത്തകൻ, കവി എന്നീ നിലകളിൽ സുപരിചിതനാണ് എ വി സന്തോഷ് കുമാർ. അദ്ദേഹത്തിന്റെ 'കടലിനപ്പുറത്തെ ക്ലാസ്മുറികൾ' വായിച്ച ഓർമ ഇന്നും മനസ്സിലുണ്ട്. അമേരിക്കൻ അനുഭവങ്ങളിൽ നിന്നും അദ്ദേഹം വിരിയിച്ചെടുത്ത മറ്റൊരു പുസ്തകമായ "ആൽബനി ഡേയ്സ് " ഇതാ, രണ്ടാം പതിപ്പിലേക്ക് കടക്കുന്നു.

അമേരിക്കൻ സ്റ്റേറ്റ്സ് ഡിപ്പാർട്ട്മെന്റുമായി ചേർന്ന് ഐറക്സ് എന്ന സന്നദ്ധ സംഘടന ആൽബനിയിൽ സംഘടിപ്പിച്ച അധ്യാപന പരിശീലന പരിപാടിയിൽ 2014 ൽ ഗ്രന്ഥകാരൻ പങ്കെടുക്കുകയുണ്ടായി. അന്ന് 16 രാജ്യങ്ങളിൽ നിന്നുള്ള 64 അധ്യാപകർക്കൊപ്പം അദ്ദേഹം നാലര മാസക്കാലം അമേരിക്കയിൽ ഉണ്ടായിരുന്നു. ആ നാളുകളിലെ വേറിട്ട അനുഭവങ്ങളും ചിന്തകളും വികാരങ്ങളുമാണ് ഈ പുസ്തകത്തിലൂടെ പ്രകാശിതമായിട്ടുള്ളത്.

അവിടുത്തെ സെന്റ് റോസ് കോളേജിൽ സംഘടിപ്പിക്കപ്പെട്ട വിദ്യാഭ്യാസ - സാംസ്കാരിക സെമിനാറുകൾ, തൊട്ടടുത്ത ഹാൻസ്വർത്ത് മിഡിൽ സ്കൂളിലെ നാൻസി ബ്രൂമർ എന്ന മിടുക്കിയായ ടീച്ചറുമായി ചേർന്ന് നടത്തിയ സഹ അധ്യാപനം, ഇടയ്ക്കിടെയുള്ള യാത്രകൾ, ഗൃഹസന്ദർശനങ്ങൾ, പാർട്ടികൾ എന്നിങ്ങനെ പലതും അന്നത്തെ അനുഭവങ്ങളിൽ ഉൾപ്പെടുന്നു. ഈ തിരക്കുകൾക്കിടയിൽ പരിചയപ്പെടുന്ന അമേരിക്കൻ ജീവിതവും, വിവിധ രാജ്യങ്ങളിൽ നിന്നെത്തിയ അധ്യാപകരുമായും അവിടുത്തെ സംഘാടകരുമായും മലയാളി സുഹൃത്തുക്കളുമായും മറ്റും

രൂപപ്പെട്ടുവരുന്ന സൗഹൃദനിമിഷങ്ങളുമാണ് ഈ പുസ്തകത്തിന്റെ ഉള്ളടക്കത്തെ നനവുള്ളതാക്കി മാറ്റുന്നത്. ഒരു അക്കാദമിക ആവിഷ്കാരം എന്ന തലത്തിലേക്ക് ഏറെയൊന്നും പോകാതെ, പുതിയ വിശേഷങ്ങളും കൗതുകങ്ങളും തേടിവന്ന ഒരു കവിമനസ്സിന്റെ വിഹ്വലതകളും കാഴ്ചകളും ചിന്തകളും അറിവുകളും ഓർമകളുമൊക്കെയാണ് ഈ പുസ്തകത്തെ വേറിട്ടതാക്കുന്നത്.

ആഴങ്ങളിലേക്കോ പരപ്പുകളിലേക്കോ അധികമൊന്നും സഞ്ചരിക്കാതെ, എന്നാൽ അത്യാവശ്യമെന്നു തോന്നുന്ന വിശദാംശങ്ങൾ നൽകിക്കൊണ്ട്, വായനക്കാരന്റെ കൗതുകത്തെ ഒപ്പം കൂട്ടുന്ന സവിശേഷമായ ഒരു രചനാതന്ത്രമാണ് ഇതിൽ സ്വീകരിച്ചു കണ്ടത്. ഏത് കാര്യത്തെക്കുറിച്ച് പരാമർശിക്കുമ്പോഴും, അത് ഒരു കേവല വിവരണമാക്കാതെ, സ്വന്തം കണ്ണുകളിലൂടെ കാണാനും അനുഭവവേദ്യമാക്കാനും എഴുത്തുകാരൻ നടത്തുന്ന മൗലികമായ ശ്രമമാണ് ഈ പുസ്തകത്തെ ആസ്വാദ്യമാക്കുന്നത്. ഓരോ പ്രദേശത്ത് ചെല്ലുമ്പോഴും, ഓരോ കാഴ്ച കാണുമ്പോഴും അതിനെ വേറിട്ടു മനസ്സിലാക്കാൻ സഹായിക്കുന്ന ചരിത്രപരവും ഭൂമിശാസ്ത്രപരവും സാംസ്കാരികവുമായ നിരീക്ഷണപ്പൊട്ടുകൾ തുന്നിച്ചേർക്കാൻ അബോധമെന്ന വണ്ണം ഗ്രന്ഥകാരൻ നടത്തുന്ന ശ്രമം ശ്രദ്ധേയമാണ്. ഓരോ രാജ്യത്തെയും ഭക്ഷണവും വേഷവിധാനങ്ങളും പെരുമാറ്റ പ്രത്യേകതകളും രൂപപ്പെട്ടുവന്നതു സംബന്ധിച്ച് ഗ്രന്ഥകാരൻ നടത്തുന്ന നിരീക്ഷണങ്ങൾ ഈ പുസ്തകത്തിന്റെ തിളക്കം കൂട്ടുന്നു. നാൻസി എന്ന അധ്യാപിക തന്റെ കുട്ടികളെക്കൊണ്ട് സർഗാത്മക രചനകൾ എഴുതിപ്പിക്കുമ്പോൾ ഊന്നുന്ന രണ്ട് ഘടകങ്ങളും - ഉള്ളടക്കവും തനതായ ചിന്തകളും - സന്തോഷിന്റെ എഴുത്തിലും കടന്നുവരുന്നുവെന്നത് യാദൃശ്ചികതയാവാം.

അമേരിക്കൻ സമൂഹത്തിന്റെ ചില സവിശേഷതകൾ അദ്ദേഹം ചൂണ്ടിക്കാണിക്കുന്നുണ്ട്. അതിഥികളോടുള്ള അവരുടെ പെരുമാറ്റം അങ്ങേയറ്റം ഉപചാരപരമാണെന്ന് പുറത്തുനിന്ന് വരുന്നവർക്ക് തോന്നാം. എന്നാൽ അത് അങ്ങേയറ്റം ആത്മാർഥത നിറഞ്ഞതാണെന്നതാണ് ഗ്രന്ഥകാരന്റെ അനുഭവം. പ്രൊഫസർമാർ വിദ്യാർഥികളെ കയറ്റിയ കാറോടിക്കുന്നത് എല്ലാ ജോലികളെയും അവർ വിലമതിക്കുന്നുവെന്നതിന്റെ തെളിവാണ്. വീടുകളിലെ അടുക്കളക്കാര്യങ്ങൾ ഉയർന്ന ഉദ്യോഗസ്ഥരായ ഭർത്താക്കന്മാർ ഏറ്റെടുക്കുന്നത് നമ്മുടെ നാട്ടിൽ അത്രകണ്ട് സാധാരണമല്ലല്ലോ. ചെയ്യുന്ന എന്തിലും ആത്മാർഥത പുലർത്തുന്ന അമേരിക്കക്കാരുടെ രീതികളിൽ നിന്നും ഒരു

ഇന്ത്യക്കാരന് ഏറെ പഠിക്കാനുണ്ടെന്ന് ഗ്രന്ഥകാരൻ ചൂണ്ടിക്കാട്ടുന്നു.

സംഗീതം അവിടുത്തെ മനുഷ്യർക്ക് ജീവവായു പോലെയാണ്. അമേരിക്കൻ തെരുവുകളിൽ കലാകാരന്മാരുടെ പ്രകടനങ്ങൾ അതി സാധാരണമാണ്. ഒരു ഉപഭോക്തൃ സമൂഹം മാത്രമായി നാം വിലയിരുത്താനിടയുള്ള ഒരു സമൂഹത്തിന്റെ പല നന്മകളും തിരിച്ചറിയാനും അതിനോട് ഐക്യദാർഢ്യം പുലർത്താനും ഈ പുസ്തകം നമ്മെ പ്രേരിപ്പിക്കുന്നു. അതുകൊണ്ടുതന്നെ ഇത്തരം പുസ്തകങ്ങളുടെ വായന വിശ്വസാഹോദര്യബോധം വളർത്താൻ തീർച്ചയായും സഹായിക്കും.

ഗ്രന്ഥകാരന്റെ ഭാഷ പലപ്പോഴും സംഗീതസാന്ദ്രമാവുന്നുണ്ട്. നയാഗ്രയിലെ വെള്ളച്ചാട്ടവും അമേരിക്കൻ ശിശിരവും മറ്റും അതിനുള്ള എത്രയോ നിമിഷങ്ങൾ അദ്ദേഹത്തിന് മുന്നിൽ ഒരുക്കുന്നുണ്ട്. 'ഏകാകിയായ മരങ്ങളിലും മേൽക്കൂരകളിലും മഞ്ഞുപെയ്ത് ഒലിച്ചു വീഴുന്നതു കാണുമ്പോൾ ആത്മാക്കൾ തൂങ്ങിനിൽക്കുന്നതു പോലെ'യാണ് എഴുത്തുകാരന് തോന്നുന്നത്. 'ഏകാന്തതയുടെ കൊച്ചുകൊച്ചു ദ്വീപുകളാണ് ഓരോ മനുഷ്യരും' എന്ന് എഴുതുന്നിടത്ത് അത് ദാർശനികഭാവം കൈവരിക്കുന്നു. അനീഷ് മൊയ്തീനെപ്പോലെ പ്രകൃതിയോട് ചേർന്ന് ജീവിക്കുന്ന ഒരാളെ പരിചയപ്പെടുത്താനും സന്തോഷ് ശ്രദ്ധിച്ചിരിക്കുന്നു. സാഹിത്യത്തിലും സംഗീതത്തിലും ചരിത്രത്തിലും സംസ്കാരത്തിലുമൊക്കെ ഗ്രന്ഥകാരനുള്ള പരിചയം ഇതിലെ പല വിവരണങ്ങളെയും ഭാവാത്മകവും വിജ്ഞാനപ്രദവുമാക്കുന്നുണ്ട്.

ചുരുക്കത്തിൽ, എ വി സന്തോഷ് കുമാർ എന്ന ഏറെ സവിശേഷതകളുള്ള ഒരു വ്യക്തിയുടെ മനസ്സും അമേരിക്ക പോലെ ഓരോ മനുഷ്യരും ഏകാന്തതയുടെ കൊച്ചുകൊച്ചു ദ്വീപുകളായിരിക്കുന്ന അവസ്ഥയും തമ്മിലുള്ള കണ്ടുമുട്ടലിന്റെ, പാരസ്പര്യത്തിന്റെ, നനുത്ത ഭാവങ്ങളാണ് ഈ പുസ്തകത്തിന്റെ സ്വരഗതി നിർണയിച്ചു കാണുന്നത്. ആൽബനിയിലെ മഞ്ഞുകാലത്തെ വർണിക്കുമ്പോൾ, കേരളത്തിലെ വൃശ്ചികപ്പുലരിയിലേക്കും മാധവിക്കുട്ടിയുടെ കവിതയിലേക്കുമൊക്കെ അറിയാതെ അത് എത്തിപ്പെടുന്നു. സൈറാക്യൂസിലെ ഫാഗൻസ് ഹോട്ടലിലെ ബിയർ വിശേഷങ്ങളുടെ വർണന അല്പം അകത്തുചെന്ന അനുഭവം നമുക്കുമുണ്ടാക്കും !

'അമേരിക്കയിലെ രണ്ടു സ്ത്രീകൾ തമ്മിലുള്ള സംസാരം ഏതു നിമിഷവും അവരുടെ വീട്ടിലെ പട്ടികളെ കുറിച്ചായി മാറും' എന്നതുപോലുള്ള സൂക്ഷ്മനിരീക്ഷണങ്ങൾ ഈ ചെറിയ പുസ്തകത്തിൽ ഏറെയുണ്ട്. 'വെള്ളച്ചാട്ടം' എന്ന വാക്കിനെക്കാൾ 'ഫാൾസ് ' എന്ന ഇംഗ്ലീഷ്

വാക്കാണ് നല്ലത് എന്ന നിരീക്ഷണത്തോട് വായനക്കാർ ആദ്യം യോജിക്കണമെന്നില്ല. എന്നാൽ ഇംഗ്ലീഷ് അധ്യാപകനും കവിയുമായ സന്തോഷിന്റെ തുടർന്നുള്ള വിശദീകരണം വായിക്കുമ്പോൾ അതാണ് ശരിയെന്ന് ഭൂരിപക്ഷം പേർക്കും തോന്നും. 'നടാഷ' എന്ന പേരിനോട് ഈ എഴുത്തുകാരനുള്ള ഇഷ്ടവും സവിശേഷമെന്ന് പറയണം. ബസ് ഹോസ്റ്റസ്, ബേബി വാച്ച്, ഗോപ്രോ ക്യാമറ എന്നിങ്ങനെ അറിയാൻ കൗതുകം തോന്നുന്ന പലതും ഈ പുസ്തകത്തിൽ ഇനിയുമുണ്ട്. ഗ്രന്ഥ കാരൻ ദീർഘകാലം അവിടെ തങ്ങിയിരുന്നെങ്കിലെന്ന് വായനക്കാർ ആശിച്ചുപോകും വിധം തനിമയുള്ളതും ഭാവാത്മകവും വിജ്ഞാനപ്രദ വുമായ ഒന്നാണ് അദ്ദേഹത്തിന്റെ ആൽബനി ദിനങ്ങൾ എന്നതിൽ പക്ഷാന്തരമുണ്ടാവില്ല.